क्रिकेटचा खेळ

आणि

इतर गोष्टी

कनक बुक्स

क्रिकेटचा खेळ आणि इतर गोष्टी

Cricketcha Khel ani Itar Goshti

प्रथम आवृत्ती : २०१२

ISBN 978-81-8483-429-1

© डायमंड पब्लिकेशन्स, पुणे

अक्षरजुळणी
अक्षरवेल, दत्तवाडी, पुणे

मुखपृष्ठ
शाम भालेकर

आतील चित्रे
राजेंद्र गिरधारी

मुद्रक
Repro India Ltd, Mumbai.

कनक बुक्स
कुमारवाङ्मय विभाग, डायमंड पब्लिकेशन्स, पुणे
१२५५ सदाशिव पेठ, लेले संकुल, पहिला मजला
निंबाळकर तालमीसमोर, पुणे ४११ ०३०.
☎ ०२० – २४४५२३८७, २४४६६६४२

diamondpublications@vsnl.net
www.diamondbookspune.com

मूल्य : ₹ ५०

अनुक्रम

१. क्रिकेटमधले चूक आणि बरोबर

'देवधरांनी अजून डाव कसा सोडला नाही? झाल्या की साडेचारशे धावा! आता इनिंग्ज करून मुंबई टीमला खेळायला देणं, हे जास्त स्पोर्टिंग स्पिरिटचं वाटलं असतं!' असं एक भाष्य एका क्रिकेट शौकिनानं १९४०-४१ च्या महाराष्ट्र-मुंबई यांच्यातल्या चहापानाच्या सुमाराला केलं. अनेकांनी त्याला सहमतीदर्शक मानाही डोलावल्या.

'अरे, भित्रे लोक आपले. कसलाही धोका पत्करला आणि आव्हान स्वीकारलं, असं कधी झालंय? स्पोर्टिंग स्पिरिटच नाही. बसलेत टुकूटुकू खेळत.' अशीही कोणी टीका केली. पण देवधरांनी डाव चालूच ठेवला आणि दिवसाचा खेळ संपायला सुमारे पंधरा-वीस मिनिटं असताना संघाच्या चांगल्या पावणेसातशे धावा झाल्यावर मग आपणहून झेल दिल्यासारखा झेल उडवला आणि ते स्वत: बाद झाले. चांगले २४६ धावा काढून बाद झाले. पुन्हा टीकेचं काहूर उठलं.

'आता कशाला विकेट दिली. निदान सातशे ओलांडायच्या तरी. अधीरपणा नाही तर काय? पंधरा मिनिटं काढता आली नाहीत की काय? इतका वेळ टुकूटुकू खेळले डिक्लेअर न करता आणि आता थोडक्यासाठी?'

महाराष्ट्र संघ क्षेत्ररक्षणासाठी बाहेर पडला. मुंबईची पहिली जोडी हिंदळेकर आणि केणी बॅटिंगसाठी रणांगणात उतरली. महाचिकट जोडी. शंभर धावा फलकावर चढवल्याशिवाय फुटायची नाही. असं सारेच जण म्हणत होते. पण बारकाईने पाहणाऱ्याला त्या जोडीच्या चालण्यात जोश दिसत नव्हता. पावलं थकल्यासारखी पडत होती.

'काढूया कशीतरी दोन षटकं आणि मग उद्या-!' असं म्हणत ती जोडी खेळपट्टीवरची जागा धरायला रखडतच आली. दमल्या शरीराने आणि पावणेसातशे धावांचं ओझं घेऊन, दमल्या मनानेसुद्धा. नियमाप्रमाणे डाव सुरू करण्याशिवाय उपाय नव्हता. पहिलं षटक राजा पटवर्धनने चालू केलं आणि दमलेल्या हिंदळेकरने आपला नेहमीचा धीमेपणा सोडून एकदम आक्रमक पवित्रा घेतला, बहुधा वैतागाने, दमल्या जिवाच्या निकराने आणि एक चेंडू जोरात मारण्याचा प्रयत्न केला. दुर्दैवाने अत्यंत सोपा झेल उडाला आणि सहज झेलला गेलाही. मुंबई एक बाद शून्य. हिंदळेकरसारखा किमान पन्नास धावा काढणारा शून्यावर परतला आणि मुंबई संघाच्या धावसंख्येत पन्नास धावांचा खड्डा पडला.

जणू काही उणे पन्नास धावांनी मुंबई टीमचा डाव सुरू झाला. दोन्ही टीम परतल्या. वेळ संपली होती, ती महाराष्ट्राला अर्धशतकाचं संजीवन आणि मुंबई संघाला तेवढंच मरण देऊन.

महाराष्ट्राचा विजय अर्धाअधिक निश्चित केला होता, तो या घटनेने आणि खरं पाहिलं तर ही सारी प्रा. दि. ब. देवधर यांची करामत. त्यांचं कप्तानपदाचं कौशल्य, प्रतिपक्षाचं बळ जोखून पावलं टाकण्याची दूरदृष्टी. योग्य वेळी पेच लढवण्याचं कौशल्य. हिंदळेकर असा बाद झाला नसता तर, त्यांनी महाराष्ट्राची धावसंख्या सहज ओलांडली असती, म्हणूनच आधी पावणेसातशे धावा करून, मग क्षेत्ररक्षणाने दमलेल्या मुंबई संघाला, हिंदळेकरला बॅटिंगला यायला भाग पाडून बाद करण्यात, देवधरांनी महाराष्ट्राचा विजय अधिक जवळ आणला, असं नंतर काही क्रिकेट शौकीन म्हणू लागले. ज्या देवधरांना ते नावं ठेवत होते, त्या देवधरांनाच ते क्रिकेटचे महर्षीसुद्धा म्हणू लागले. त्यांचं जे करणं चूक वाटत होतं, तेच त्यांना आता बरोबर वाटू लागलं.

मुंबईचा डाव पुढे चालू झाला. तो तिसऱ्या दिवशी अगदी धीमेपणानं खेळून चौथ्या दिवशी धावसंख्येने साडेपाचशेची मर्यादा गाठली आणि सामन्याच्या पाचव्या दिवशी उपाहाराच्या वेळी धावसंख्येने सहाशेचा आकडा गाठला. गडी फक्त सातच बाद झाले होते. सहाशेला नवा चेंडू घ्यायचा, पण देवधरांनी तो घेतला नाही. लगेच टीका सुरू झाली, 'नवा चेंडू घ्या म्हणावं, आता विकेट जाईल.'

‘नवा चेंडू घेऊनच प्रयत्न केला पाहिजे. हे सुचलं पाहिजे ना-! मुंबई संघ मेकअप करणार पाहा. कसलेली मंडळी. ती काय दाद देतायेत.’

७ बाद ६०५ अशी स्थिती घेऊन उपाहारासाठी खेळ थांबला. पण देवधरांनी नवा चेंडू घेतला नव्हता. उपाहारानंतर मात्र महाराष्ट्र टीम नवा चेंडू घेऊन रणांगणात उतरली आणि पहिल्या दोन षटकांतच बहुधा दोन गडी लागोपाठ बाद झाले. द्रुतगती गोलंदाजांनी नव्या चेंडूच्या चकाकीचा फायदा घेऊन त्यांना झेलबाद केलं होतं. देवधरांची करामत. उपाहारापूर्वी नवा चेंडू घेऊन त्याची चकाकी घालवणं त्यांनी टाळलं. उपाहारापूर्वी चेंडूवर बसलेली फलंदाजांची स्थिर दृष्टी, उपाहारानंतर अस्थिर झाली होती. त्याचा फायदा घेण्यासाठी त्यांनी नव्या चेंडूची तकाकी राखून ठेवावी, म्हणून उपाहारानंतर नवा चेंडू घेतला. कप्तानकौशल्य सिद्ध केलं. लागोपाठ दोन गडी बाद झाल्यावर फार झपाट्याने मुंबई टीमचा डाव ६५० धावांत संपुष्टात आला आणि महाराष्ट्राचा विजय झाला. देवधरांची बरोबर निर्णय असणारी तथाकथित चूक शेवटी सामना जिंकणारी, डावपेचाची नांदी ठरली. क्रिकेटमधलं चूक किंवा बरोबर सांगणं, खरोखर फार वेळा अवघड पडतं. सामना जिंकणं हे जर अंतिम ध्येय ठेवलं, तर तथाकथित खिलाडूपणाला, क्रीडालालित्याला सरळ वाटाण्याच्या अक्षता लावणं अनेक वेळेला श्रेयस्कर ठरतं. काही वेळा आक्रमक तर काही वेळा बचावात्मक पवित्रा डावपेच म्हणून वापरावा लागतो. ते सारं चूक की बरोबर, हे तंबूमधल्या टीका करणाऱ्या प्रेक्षकांपेक्षा कप्तान आणि खेळाडू जास्त बरोबर जाणतात. अर्थात ही कप्तानकौशल्याची आणि क्रीडाकौशल्याची लढत असते. त्यात एखाद्या व्यक्तीच्या यशापेक्षा संघाच्या यशाची जास्त जाणीव ठेवावी लागते.

अशा भारतीय युद्धात अंतिम कल्याणकारी असं असत्यही खरं सत्य आणि हिंसाही अहिंसक ठरते. आता हेच पाहा ना! सरे आणि केन्ट परगण्यांचा क्रिकेट हंगामातला, श्रेष्ठ पदासाठी चाललेल्या अनेक लढतींतील एक सामना इंग्लंडमध्ये चालू होता. पर्सी फेन्डर हा सरेचा कप्तान होता, सॅन्ढम आणि ब्रूक्स हे फलंदाजी करत होते. ब्रूक्स हा काही फलंदाज नव्हे. त्याला केवळ आदल्या दिवशी चांगला खेळाडू बाद होऊ नये म्हणून त्याच्या जागी ‘गेला तर जाऊ दे बळी.’ असं म्हणून पाठवलेला होता. नाईट वॉचमन. तो कसा कोण जाणे चिकटून बसला आणि केंटविरुद्ध त्याचं शतक होण्याची त्याला शक्यता वाटू लागली होती, म्हणूनच तो फार धीमेपणाने खेळत होता. या शतकाची त्याला अपूर्वाई होती. कारण हे त्याचं पहिलंवहिलं शतक होणार होतं. तंबूत पर्सी फेन्डर मात्र अस्वस्थ झाला होता. ब्रूक्स असाच खेळत राहिला, तर सामना अनिर्णित राहणार, यात शंका नव्हती. सरेला तर विजय हवाच होता. शेवटी पर्सी फेन्डरने प्रतिपक्षाच्या गोलंदाजाचं एक षटक संपून

क्षेत्ररक्षण बदलून दुसरं सुरू होण्याच्या मोकळ्या कालखंडात, तंबूबाहेर येऊन सॅन्ढमला काही खूण केली. त्याने बॅट हलवून प्रत्युत्तरही दिलं आणि पुढच्याच षटकात सॅन्ढमने एक धाव मिळवण्यासाठी एकदम स्टार्ट घेतला आणि ब्रूक्सच्या बाजूच्या यष्टीजवळ येऊन तो उभा राहिला. ब्रूक्सला ही धाव होईल, अशी जाणीवही नव्हती. कारण क्षेत्ररक्षकानं तो फटका अडवला होता. ब्रूक्स भांबावून पळत सुटला. पण क्षेत्ररक्षकाने फेकलेला चेंडू यष्टिरक्षकाजवळ पोहोचून यष्टी उद्ध्वस्त करण्यात आली होती. ब्रूक्स धावबाद झाला होता. सॅन्ढमने आपली कामगिरी उत्तम बजावली हेती. ब्रूक्सला त्याने ठरवून धावबाद केलं होतं. कारण पर्सी फेन्डरनं सॅन्ढमला त्याच अर्थाची खूण केली होती. ब्रूक्स आपलं शतक हुकलं, म्हणून सॅन्ढमला दोष देत कुरकुरत परत तंबूमध्ये आला. पण नंतर पाठवलेल्या फलंदाजाने आक्रमक खेळ करून सरेला तो सामना जिंकून दिला. पर्सी फेन्डरने केलं हे सकृत्‌दर्शनी चूक वाटेल. पण क्रिकेटमधलं ते बरोबरच होतं. खंदे फलंदाज बाद झाले, आता कसोटी सामन्यात नवख्या फलंदाजालासुद्धा आक्रमक खेळायची आज्ञा देणारा कप्तान तुम्ही शहाणा का मूर्ख म्हणाल? ही सामना गमावण्याची लक्षणं. असा कप्तान मूर्खच, पण लक्षात ठेवा, ब्रॅडमनला तुम्ही मूर्ख म्हणताय.

लिड्‌सला चाललेला १९४८ चा इंग्लंड-ऑस्ट्रेलिया यांच्यातला चौथा कसोटी सामना. इंग्लंडने सुमारे पावणेपाचशे धावांचा डोंगर रचून ऑस्ट्रेलियाला फलंदाजी दिली. पहिले तीन खंदे फलंदाज एकूण शंभरच्या आत-बाहेरच बाद झाले. मॉरीस, हॅसेट आणि स्वत: ब्रॅडमन आणि थोड्या अनुभवी मिलरबरोबर आलेला जोडीदार तसा नवखाच. नील हार्वे १९-२० वर्षांचा कोवळा पोर. सामना वाचवण्याच्या दृष्टीने धीमा खेळ आवश्यक होता. पण ब्रॅडमनला सामना जिंकायचा होता. त्याने सरळ दोन्ही फलंदाजांना आज्ञा केली की, आक्रमक खेळ खेळा, घाबरू नका. अशा आणीबाणीच्या वेळी आक्रमक खेळ थोडा धोक्याचा, हे जरी खरं असलं तरी, अशा प्रसंगी केलेल्या आक्रमक खेळाने प्रतिपक्षसुद्धा गडबडून जातो, अगदी अनपेक्षित अनुभव म्हणून. मिलर आणि हार्वे यांच्या आक्रमक खेळाने तसंच झालं. ऑस्ट्रेलियाने साडेचारशेची मजल गाठली. त्यामुळे शेवटी ऑस्ट्रेलियाला त्या सामन्यात विजय मिळवायला मदत झाली. ब्रॅडमनने केलं ते परिणामी बरोबरच ठरलं. ब्रॅडमन हा प्रसंग ओळखून पवित्रा घेणारा धाडसी कप्तान होता.

लिड्‌सच्या त्याच सामन्यात यार्डलेच्या कप्तानपदाची उणी बाजू उघडी पडली. इंग्लंडचा त्या वेळचा उदयोन्मुख गोलंदाज अलेक बेडसर. त्याला यार्डलेने आदल्या दिवशी आयत्या वेळचा बळी म्हणून दिवसाच्या शेवटी फलंदाजीला पाठवलं. तो दुसऱ्या दिवशीही धीमेपणाने, ‘मी मनात आणलं तर फलंदाजीही छान करू शकतो.’ असं दाखवत खेळत

राहिला. त्याने ७९ धावा काढून कौतुक मिळवलं, यार्डलेनेही त्याचं कौतुक केलं. पण सारी केवढी घोडचूक. या कौतुकापायीच सामना हातचा गेला. त्या दिवशी खेळपट्टी लेकरसारख्या गोलंदाजाला फार चांगली होती. यार्डलेने आपला डाव लवकर बंद करून ऑस्ट्रेलियाला फलंदाजी दिली असती, तर लेकरची गोलंदाजी परिणामकारक ठरून ऑस्ट्रेलियाचा डाव लवकर संपुष्टात आला असता. सामन्यावर पकड आली असती. पण यार्डलेने तसं केलं नाही. बेडसरच्या फलंदाजीच्या कौतुकाने लेकरला फुकट घालवलं आणि बेडसरला दमू दिलं. जेव्हा खेळपट्टी बेडसरला उपयुक्त ठरणारी होती, तेव्हा तो दमल्यामुळे परिणामहीन ठरला. आता विचारांती हे चूक की बरोबर, हे तुम्हीच ठरवा. कप्तानपदाचं कौशल्य कोणतं, तर तंबूत बसून, टीका-प्रतिटीका करणाऱ्या क्रिकेटशौकिनांच्या बोलण्याचा परिणाम होऊ न देता खेळाचा योग्य रागरंग ओळखून सामना जिंकण्याच्या जिद्दीने विचारपूर्वक निर्णय घेऊन पवित्रा ठरवायचा, पावलं टाकायची. क्रीडांगणावरचं चूक काय किंवा बरोबर काय, हे स्वत: ठरवायचं. कारण प्रवाहात पडणारा परिस्थितीप्रमाणे योग्य ते आणि तसे हातपाय मारतो. काठावरून बघणाऱ्यांच्या सूचनांना फारच कमी महत्त्व असतं, हे त्याने जाणलंच पाहिजे. असे कप्तान आणि खेळाडू अंतिम यश मिळवतात. नाहीतर एका रणजी सामन्यात महाराष्ट्राचे कप्तान डॉ. तुळपुळे स्वत:ची गोलंदाजी उत्तम पडत असताना केवळ 'कप्तान होते म्हणून स्वत:कडे फार गोलंदाजी घेतली,' अशा टीकेला भिऊन त्यांनी अगदी थोडी गोलंदाजी केली आणि सामना गमवायला अप्रत्यक्ष मदतच केली.

मुंबई-होळकर सामन्यात सामना जिंकण्याच्या जिद्दीने विजय मर्चंट यांनी मेजर नायडू आणि डीनीस कॉम्प्टन यांच्या फलंदाजीच्या वेळेला क्षेत्ररक्षकांचं कडं त्यांच्याभोवती उभं करून प्रतिपक्षाची एकेक धाव अडवून त्याला नामोहरम करण्याचा घाट घातला. खिलाडूपणा दाखवला नाही. ही टीका सहन करूनही दुसऱ्या डावात स्वत: २७८ धावा काढून टीकेला न जुमानता मुंबईची बाजू पक्की केली आणि शेवटी सामना जिंकला. कारण रणजी सामना जिंकणं, हे अंतिम साध्य होतं. वरवर चूक वाटणारं त्यांचं कृत्य अंतिम यशाच्या दृष्टीने बरोबर म्हणावं की नाही, हे तुम्हीच ठरवा. 'नथिंग सक्सीड्स लाईक सक्सेस'. असं म्हणतात तेच खरं. मग शेवटी यश मिळालं, तर त्यासाठी केलेलं कुठलंही कृत्य सुरुवातीला चूक वाटलं, तरी इतिहासाच्या दृष्टीने ते बरोबरच ठरतं.

☘☘

२. शेपटाची करामत

इंग्लंडमध्ये तसं म्हटलं, तर हिवाळाच होता! ज्येष्ठ पतौडीच्या नेतृत्वाखाली इंग्लंडच्या दौऱ्यावर गेलेला भारतीय क्रिकेट संघ थंडीला थोडा वैतागलाच होता. या दिवशी तर सरेसारख्या अजिंक्य संघाशी सामना चालू होता. सरे संघाचे गोलंदाज, खरं म्हणजे गोलंदाजांची पलटणच जणू काही तोफांचे गोळे टाकते आहे की काय, असं वाटून थंडीने गारठलेले भारतीय फलंदाज खेळपट्टीची वारी करून तंबूच्या उबदार वातावरणात यायला जणू आसुसल्यासारखे झाले होते. फार काय, थंडीमुळे धावसंख्यासुद्धा ३ बाद १२२ वरून ९ बाद १९५ पर्यंत आक्रसल्यासारखी झाली आहे, असं वाटलं.

नववा गडी बाद झाला, तेव्हा एका बाजूचा नाबाद फलंदाज सरवटे हा शून्य धावांचा मालक होता आणि आता शेवटचा फलंदाज म्हणजे बॅनर्जी क्रीडांगणावर उतरला. हा भारतीय संघाचा खरं म्हणजे द्रुतगती गोलंदाज आणि सरवटे हा फिरकी गोलंदाज! या दोघा गोलंदाजांच्या हाती भारतीय फलंदाजीचं भवितव्य नियतीने सोपवलं होतं. याला म्हणतात दैवाची उलटी रेघ.

प्रेक्षक म्हणत होते, 'जिथे हजारे, मोदी यांच्यासारखे भलेभले फलंदाज भागले, तिथे या बिचाऱ्या गोलंदाजांचा फलंदाजीत कसा टिकाव लागणार?'

सरेच्या संघनायकाने तंबूत निरोपही पाठवला, 'भारताचा शेवटचाच गडी बाद व्हायचा आहे आणि चहाची वेळ जवळ आली आहे, तेव्हा हा गडी बाद होईतो चहाची वेळ लांबवा. पण चहानंतर मग आम्हीच फलंदाजीला उतरू!''

परिस्थितीचं सर्वसाधारण स्वरूप लक्षात घेता निरोप तर अगदी यथायोग्यच होता.

खरं म्हणजे भारतीय संघाची सुरुवात विजय मर्चंटने छान करून दिली होती. स्वत: त्रेपन्न धावा काढून, हजारे आणि मोदी हे मोहरे पटापट पडले तरी, गुल महंमदबरोबर चांगली भागीदारी करून धावफलकावर एकशे अकरा धावा झळकवून मर्चंटने स्वत:चं वैशिष्ट्य सिद्ध केलं होतं. गुल महंमदनं एकूण नव्वद धावा काढल्या आणि अलेक बेडसरने त्याचा त्रिफळा उद्ध्वस्त करून बाद केलं, म्हणून प्रेक्षकांनी बेडसरला मनातल्या मनात अपशब्दांची लाखोली वाहिली. उपाहारानंतर पाच फलंदाजांनी नुसती तंबू ते खेळपट्टी अशी शतपावली केली आणि प्रेक्षक जायलाच उठले. कारण ते भारतीय फलंदाजी

बघायला आले होते.

अनेक प्रेक्षक उघड-उघड निघून गेले, तर काही पस्पर चर्चा करून हाच मार्ग बरा, असा सुज्ञ विचार ठरवू पाहत होते आणि हे साहजिकच होतं. कारण सरवटे आणि बॅनर्जी हे गोलंदाज आता फलंदाजीला उभे होते. पण...

असा एक जंतू आहे, केवळ दीड इंच लांबीचाच की, ज्याला काही गोष्टी शिकवता येतात. ज्ञानपिपासू आहे हा जंतू. या जंतूत आहे अहिरावण-महिरावणाची शक्ती, अहिरावण - महिरावणांच्या रक्तबिंदूपासून नवीन अहिरावण - महिरावण निर्माण व्हायचे. तसेच या जंतूंचे दोन तुकडे केले की, डोक्याला शेपटी फुटून आणि शेपटीला डोकं फुटून दोन जंतू तयार होतात. शिकवलेल्या जंतूंचे असे तुकडे केले तर, शेपटीला डोकं फुटून जो जंतू तयार होतो, तो जास्त शहाणा असतो, असं दिसून येतं म्हणजे या जंतूच्या डोक्याऐवजी शेपटात ज्ञान असतं, शहाणपण असतं, बुद्धी असते, करामत असते!

कधी कधी क्रिकेट संघाची शेपटी अशीच शहाणी आणि करामत गाजवणारी ठरते.

इंग्लंडच्या कसोटीवीरांत विल्फ्रेड ऱ्होड्स या शेवटच्या फलंदाजाची करामत अशीच आगळी आहे. याने गोलंदाज म्हणून क्रिकेटजीवनात चार हजारांवर गडी बाद करून एक असा विक्रम करून ठेवला आहे की, तो मोडायला पुन्हा त्यालाच अवतरावं लागेल. याने शेवटच्या जोडीत एक विक्रमी भागीदारी केली आहे आणि तिथून तो जो सरकत-सरकत फलंदाजीच्या क्रमात वर निघाला, तो हॉब्जबरोबर पहिल्या जोडीत गेला आणि तिथेही त्याने एक विक्रमी भागीदारी केली म्हणजे शेपटीने स्वतःला मीच डोकं आहे, असं म्हणण्यासारखाच हा प्रकार झाला!

वेस्ट इंडीजने वॉरेलच्या नेतृत्वाखाली ऑस्ट्रेलियातला दौरा गाजवला. चौथ्या कसोटी सामन्यात ऑस्ट्रेलियाची कंबख्त जोडी आली होती. नववा गडी बाद झाला, तेव्हा केन मकायच्या जोडीला गोलंदाज क्लाइन हा फलंदाजीला आला. पराभव वाकुल्या दाखवू लागला होता. अजून जवळजवळ पावणेदोन तास वेळ होता. वेस्ट इंडीजचे खेळाडू सामना जिंकलाच, म्हणून जल्लोष करू लागलेच होते. पण वॉरेल शहाणा होता.

त्याने आपल्या सहकाऱ्यांना सांगितलं, "उगाच उड्या मारू नका. ऑस्ट्रेलियन कांगारूचं शेपूट कधी-कधी आगळी करामत करतं!" आणि तसंच झालं. मकाय आणि क्लाइन या दोघांनी किल्ला पावणेदोन तास लढवला. क्लाइनच्या भोवती जवळजवळ आठ क्षेत्ररक्षकांचं कडंच उभं केलं होतं. पण पठ्ठ्याने त्याला टाकलेला चेंडू कधी सुरक्षितपणे सोडून दिला, तर कधी बॅटीने असा काही दाबला की, चेंडूचा टप्पा त्याच्या पायापाशीच

पडावा. आत्ता झेल उडेल, मग उडेल म्हणून वाट पाहून क्षेत्ररक्षक दमले. पण क्लाइन काही बधला नाही. होता शेवटचा गडी, पण पहिल्या गड्यासारखा फार जबाबदारीने खेळला बेटा. मकाय तर चिकटपणाबद्दल प्रसिद्धच होता. तो बोलूनचालून फलंदाजच. या दोघांनी वेस्ट इंडीजच्या तोंडचा विजयाचा घास काढून घेतला. शेपटीने केलेली करामत आगळीच होती. शेपटाने दिलेला हा फटका वेस्ट इंडीजच्या वर्मी लागला होता.

भारतीय क्रिकेट संघाच्या शेपटानेही कधी-कधी अशीच करामत दाखवली आहे. १९४६ च्या दौऱ्यात तर ती बऱ्याच वेळा जाणवली होती....

....दुसरा कसोटी सामना. भारतीय संघाचा दुसरा डाव अलेक बेडसरच्या द्रुत गोलंदाजीने संपुष्टातच आणला होता. मर्चन्टसारखा मोहरा सुरुवातीलाच शून्यावर गेला. हजारे आणि मोदी यांची चिकाटीही कमी पडली. नववा गडी बाद झाला. सोहोनी खेळत होता. इंग्लंडने सामना जिंकलाच, म्हणून प्रेक्षकांत एकच हलचल सुरू झाली. कुजबुजीचं रूपांतर हळूहळू कल्लोळात होऊ लागलं. शेवटचा गडी होता हिंदळेकर. यष्टिरक्षक! आदल्या १९३६ च्या दौऱ्यात चिकट फलंदाज आणि उत्कृष्ट यष्टिरक्षक म्हणून गाजलेला. पण या दौऱ्यात बराच निष्प्रभ ठरलेला. तो खेळपट्टीकडे जायला तंबूबाहेर पडला तो झ्याकीतच! शांतपणे पावलं उचलत इकडे-तिकडे नजर टाकत, 'कसला चाललाय तरी कसला हा हलकल्लोळ?' असा अविर्भाव दाखवत! त्याला पाहताच कल्लोळ कमी होत-होत जाऊन तो खेळपट्टीवर पोहोचला, तेव्हा क्रीडांगणावर अक्षरश: नि:शब्द शांतता पसरली. सर्वजण श्वास रोखून बसले. हिंदळेकरने पुन्हा निर्विकार नजरेने सगळीकडे पाहिलं आणि, 'इतकी का बुवा ही सुतकी शांतता?' असं दर्शवणारा आश्चर्यचकित चेहरा करून बॅट परजीत तो गोलंदाजाकडे पाहत उभा राहिला. उरलेले चेंडू त्याने शांतपणे परतवले. खेळ संपायला केवळ पंधरा मिनिटं उरलेली होती.

हॅमंड - इंग्लंडचा संघनायक दुसरा नवा चेंडू घेऊन अलेक बेडसरकडे देत जणू म्हणत होता, 'हं! संपवून टाक आता सामना!'

पण या सगळ्याचा हिंदळेकरवर काहीच परिणाम झाला नाही. तो जणू काही, 'आता तर खेळ सुरू झालाय!' अशा थाटात शांतपणे खेळत होता.

सोहोनीने बरीच षटकं खेळून काढली. हिंदळेकरला फलंदाजी करूनच दिली नाही. पण केवळ एक षटक टाकण्याइतका वेळ असताना पोलार्डच्या षटकातल्या शेवटच्या चेंडूला एक धाव घेऊन पुन्हा फलंदाजीला येणं सोहोनीला जमलं नाही.

त्यामुळे हिंदळेकर फलंदाजीला आणि अलेक बेडसर गोलंदाजीला अशी परिस्थिती

निर्माण झाली. प्रेक्षकांनी पुन्हा श्वास रोखून धरले. कोणत्याही चेंडूला हिंदळेकर बाद होणं आणि सामना इंग्लंडच्या पदरात पडणं शक्य होतं. पण हिंदळेकरचा आविर्भाव औरच होता. त्याने आपली काउंटी कॅप टेचात तिरकी ठेवली. बॅट हातातल्या हातात फिरवली आणि मग पवित्रा घेऊन बॅट परजीत तो बेडसरकडे पाहत, 'टाक बेटा चेंडू! मला बाद करणं जमायचं नाही तुला! लहान आहेस अजून! पण टाक चेंडू! होऊ दे तुझं समाधान!' असंच जणू काही म्हणत आव्हान देत होता.

हातून चेंडू गोळीसारखा सुटला; पण हिंदळेकरच्या फलंदाजीच्या धीरगंभीर तटाला ढीम्म काही झालं नाही! प्रेक्षकांनी श्वास सोडला आणि पुन्हा घेतला, तो दुसरा चेंडू काय करतो, हे बघायला! दुसरा चेंडू पहिल्यासारखाच निष्फळ ठरला! पुन्हा प्रेक्षकांचा श्वासोच्छवास वाढला! बेडसरचे चेंडू? आणि निष्फळ? रामबाण फुकट गेल्यासारखं वाटलं ते! (बेडसरने हळूच चेंडू तपासूनही पाहिला असेल कदाचित. 'चेंडू भुसकटाचा तर केलेला नाही ना?' असं त्याला वाटलं असेल.) अगदी जिद्दीने दातओठ खाऊन तो चेंडू टाकत होता. पण हिंदळेकर, 'छे! या चेंडूत काहीच दम नाही!' अशा आविर्भावात शांतपणे चेंडू परतवत होता. असे एकूण पाच चेंडू निष्फळ ठरले. सहावा आणि शेवटचा चेंडू टाकायला बेडसर सज्ज झाला. आपलं सगळं कौशल्य, सगळी शक्ती त्याने त्यात एकवटली. प्रेक्षकांनी पुन्हा श्वास रोखून धरला. (त्यांना खरं म्हणजे दर चेंडूला श्वास रोखून दम लागला होता!') हा शेवटचा चेंडू काय घडवतो, हे डोळ्यांत प्राण आणून ते पाहत होते.

हिंदळेकरने, 'अरे बेट्या! बेडसर बाळ! इतका दात ओठ खाऊन चेंडू टाकलास? मला बाद करायला? का? शांतपणे खेळतोय म्हणजे घाबरून खेळतोय, असं नव्हे बेटा! थांब, तुला चांगली अद्दल घडवतो.' असंच जणू काही म्हणत बॅट सरसावली.

प्रेक्षक मनात म्हणाले असतील, 'झालं! गेली दांडी आता याची. अरे बाबा! का उगीच चेंडूला फटकवायला सरसावतो आहेस? शेवटचा चेंडू आहे. सांभाळून खेळ आणि मानाने सामना अनिर्णित ठेवण्याचं श्रेय घे.' चेंडू वेगाने निघाला. टप्पा पडला, यष्टीकडे घुसू लागला. काहींनी तर डोळेच मिटून घेतले असतील. तेवढ्यात एकच कल्लोळ झाला. 'उडाला वाटतं त्रिफळा!' म्हणून त्यांनी डोळे उघडले तर काय! हिंदळेकरने त्या शेवटच्या चेंडूला सुंदर फटका मारला होता. एक धाव घेऊन दुसरी धाव घ्यायला सोहोनीला बोलवत होता. कारण पंचांनी षटक संपलं आणि सामना संपला, असं जाहीर केलं नव्हतं. सगळे प्रेक्षक हिंदळेकरच्या बेडर शांतपणाची मनापासून तारीफ करत होते! बेडसर तर आश्चर्याने

तोंड वासून पाहतच राहिला होता! असं काहीतरी आगळं करून दाखवीलच हे भारतीय संघाचं शेपूट, अशी हॅमंडला शंका होतीच. ती शंका खरी ठरली म्हणून आनंद मानावा की सामना हातचा गेला म्हणून दु:ख मानावं, या संभ्रमात तो उभा होता. तेवढ्यात पंचाने, 'षटक संपलं आणि त्याचबरोबर सामना संपला.' असं जाहीर केलं. आणि भारतीय संघाचं शेपूट ताठ उभं राहून झ्याकीत तंबूत परतलं.

हॅमंडला भारताच्या शेपटाकडच्या फलंदाजांबद्दल जबरदस्त भीती होती. कारण सरेच्या बरोबर भारतीय संघाच्या झालेल्या सामन्यांचा वृत्तांत त्याला माहीत होता! त्या सामन्यात जे घडलं, ते कोणालाही थक्क करून सोडणारंच होतं!

बॅनर्जी सरवटेला येऊन मिळाला आणि भारतीय संघाची शेवटची जोडी खेळू लागली. दोघांच्याही शून्य धावाच होत्या म्हणजे पहिल्या जोडीसारखीच स्थिती. पहिल्या जोडीला पुढे कुणीतरी डाव सावरेल, ही आशा तरी असते. पण या जोडीला? एक बाद झाला की, डाव खलास! पुढे कुणी नाही. सामना घालवला म्हणून शिव्याशाप.

'तग धरायला काय झालं?' असा आरामखुर्चीवरून उपदेश. पण सरवटे, बॅनर्जींना याची क्षितीही दिसली नाही. त्यांनी शांतपणे खेळायला सुरुवात केली.

त्याच दिवशी मिडलसेक्सचा संघ लॅंकेशायरबरोबर झुंजत होता. लॉर्ड्सच्या मैदानावरून खेळ चालू होता. अशी वार्ता आली होती की, लॅंकेशायरचा वॉशब्रुक अजून खेळत होता. शतकाकडे त्याची वाटचाल चालू होती. हॅमंड त्या वेळी इसेक्स संघाविरुद्ध खेळत होता. आगामी ऑस्ट्रेलियाच्या दौऱ्यावर हटनबरोबर वॉशब्रुकला पहिल्या जोडीत पाठवायचंच, असा त्याने निश्चय केला. भारतीय संघाबरोबरच्या कसोटी सामन्याबाबत, त्याच्या डोक्यात विचारही नव्हता. कपाळावर आठ्या होत्या, त्या ऑस्ट्रेलियन संघाबरोबर लढा देण्यात कोणते डावपेच वापरावे, याबद्दलच्या काळजीच्या.

हॅमंड जेव्हा चहापानासाठी पंचांबरोबर तंबूत गेला, तेव्हा त्याच्या कानावर एक आगळी बातमी आदळली आणि तो दचकला.

'हॅ! उगाच वावड्या उठवतात लोक!' असं म्हणून त्याने ती वार्ता फुंकून झटकली. पण सगळ्या परगण्यांच्या क्रिकेट मैदानांवर ही आगळी वार्ता सुसाट वाऱ्यासारखी परसली. प्रथम वावडी म्हणून वाटणारी ही वार्ता आता 'खरं हं!' म्हणून सगळे एकमेकांना सांगू लागले. लंडनमध्ये ही वार्ता एखाद्या लष्करी घोषणेसारखी रस्त्या-रस्त्यातून पुकारली जाऊ लागली. हजारो क्रिकेटप्रेमी नागरीक ट्रॅम, बस, मोटारगाडी, जे सापडेल ते घेऊन केनिंग्टन ओव्हलकडे धावू लागले. ज्यांना हे शक्य नव्हतं, ते रेडिओपाशी गोळा झाले.

रेडिओवरच्या धावत्या वृत्तांताकडे कान देऊन ऐकू लागले.

''भारतीय संघाच्या शेवटच्या जोडीने सरेच्या गोलंदाजांना निर्भयपणे आणि सहज तोंड देऊन बरोबर शंभर धावांची भागीदारी केली आहे आणि चहापानाच्या वेळी ही जोडी अभेद्य राहून आरामात चहापान करत आहे.''

आणि सरेचा संघ चहापानाच्या वेळी चुपचाप चहा पीत बसला होता! सरेचा संघनायक नेगेल बेनेट हा तर अगदी गप्प होता.

'कमाल आहे या फलंदाजांची, भारतीय संघातल्या दहाव्या आणि अकराव्या क्रमांकांचे फलंदाज हे. आल्या-आल्या बाद होणं हेच त्यांचं सर्वसामान्य जिणं. पण हे तर आघाडीच्या वीरांपेक्षाही आत्मविश्वासाने आणि सहजतेने खेळताहेत. आमचा संघ म्हणजे पहिल्या दर्जाचा उत्कृष्ट संघ. गोलंदाजांची पलटण पाहिली की, इतर संघांचा थरकाप होतो आणि हे दोघं भारतीय गोलंदाज, खुशाल मन मानेल तसा, या प्रथम श्रेणी गोलंदाजांचा धुव्वा उडवताहेत. भारतीय संघाचं हे शेपूट भलतंच पोलादी आणि काटेरी आहे.' असाच विचार बेनेटच्या मनात घोळत असेल.

'भारतीय संघाने आपल्याला बनवायला आघाडीचे वीर तर शेवटच्या जोडीत पाठवले नाहीत ना?' असंही तो दचकून मनातल्या मनात म्हणाला असेल.

सरवटे आणि बॅनर्जी यांनी चहापानापर्यंत स्वत:ची धावसंख्या अनुक्रमे बावन्न आणि पंचेचाळीस अशी केली होती. सरे संघाच्या संघनायकाला, 'चहाची वेळ लांबवा. शेवटचा गडी आत्ता बाद होईल.' असा निरोप पाठवण्याची दुर्बुद्धी कुठून झाली, असं वाटलं असेल.

भारतीय संघाचा डावही संपला नव्हता. 'शेवटच्या जोडीने दमवलंन ते दमवलंनच आणि चहापान फुक्कट उशिरा.' असंच सरे संघ मनातल्या मनात म्हणत होता आणि इसेक्सच्या चहापानाच्या वेळी हॅमंडही दचकला होता, 'भारतीय संघाचं शेपूट असा तडाखा नेहमीच देतं की काय?'

सरे संघात बेडसर, गोव्हर, वॅट्स, पार्कर आणि स्क्वायर्स असा गोलंदाजी तोफखाना होता. सारे इंग्लंडचे परगणे 'सरेच्या गोलंदाजीपुढे सारी वटवट बंद.' असं म्हणत होते. पण भारतीय संघाच्या शेपटाने एका तडाख्यात या पाची गोलंदाजींचीच वटवट बंद केली होती! त्यांचे चेंडू म्हणजे हिमालयातल्या माऊंट एव्हरेस्टवर मारलेल्या वाटाण्यांप्रमाणे भारतीय संघाच्या शेपटासमोर निष्प्रभ ठरत होते.

सरवटे आणि बॅनर्जी या गोलंदाजांची फलंदाजी म्हणजे जगातलं नववं आश्चर्य आहे,

असं सरेच्या गोलंदाजांना वाटू लागलं! ही फलंदाजी कंटाळवाणी, रे रे करत चालली नव्हती. ही फलंदाजी निश्चित 'ध्येय पुढे ठेवून पद्धतशीर रीतीने चालली होती. दोघांच्या पद्धतीत फरक होता, बराच फरक होता. अशा परस्परविरोधी पद्धती एकाच वेळी फारशा

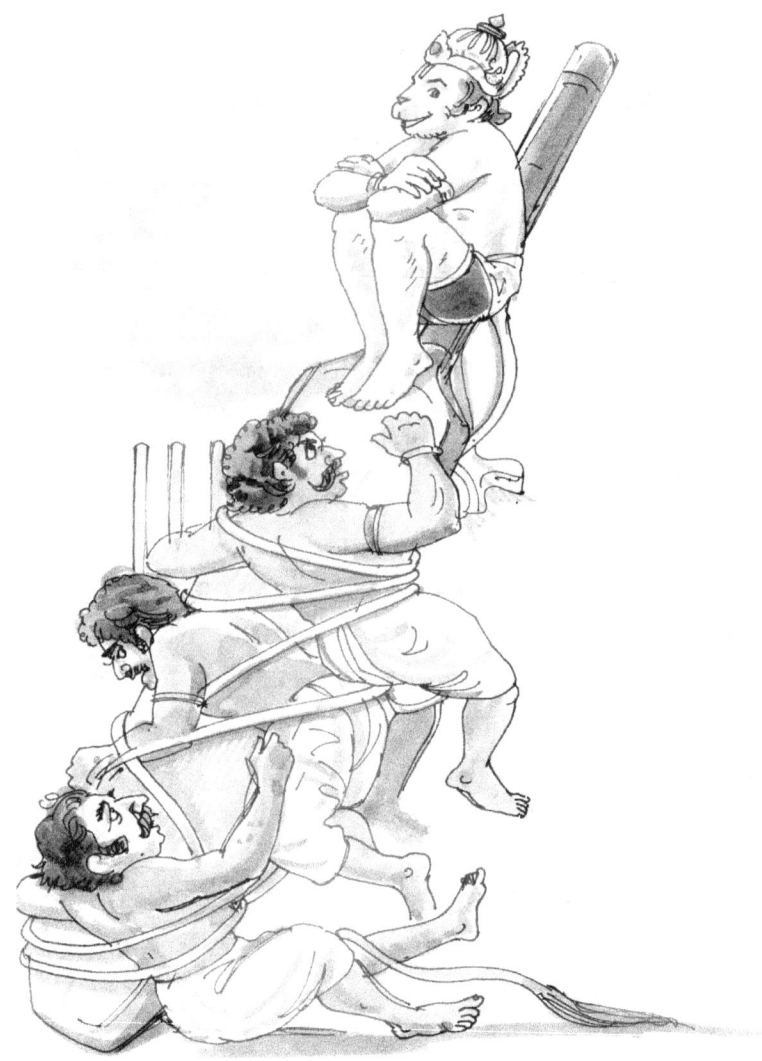

कार्यान्वित असलेल्या दिसत नाहीत. पण हे भारतीय संघाचं शेपूट होतं. अठरापगड जाती आणि भाषा एकत्र नांदणाऱ्या विविध भारतीचं प्रतीक होतं. भारताची रास मकर आहे. मगरच आपल्या शेपटाचा जोराचा तडाखा देते आणि तोही सहज लीलेने. भारताचं बलप्रतीक म्हणजे हनुमान. दशमुखी रावणाला जसं हनुमानाने आपल्या शेपटाने त्राही भगवान करून सोडलं, तसं भारतीय संघाचंही लांबत चाललेलं शेपूट, सरेच्या अकरा खेळाडूंना सळो की पळो करून सोडत होतं.

सरवटेची फलंदाजी म्हणजे चपळपणा आणि रसरशीत जिवंतपणाचं प्रतीक, तर बॅनर्जीची फलंदाजी देखणी आणि वजनदार होती. सरवटेचे विद्युल्लतेसारखे लेटकट्स नुकत्याच राज्याभिषेक झालेल्या राजपुत्रासारखे झळझळीत वाटत होते. बॅनर्जीचे सणसणीत ड्राईव्हज् सम्राटासारखे शत्रूपक्षाच्या गोलंदाजीचा धुव्वा उडवत होते. सरवटेच्या मनगटाची करामत धावा ओतत होती आणि बॅनर्जीचं पदलालित्य हुक्स मारून धावा वाढवत होतं. गोलंदाजीला आणि क्षेत्ररक्षणाला पद्धतशीरपणे भगदाड पाडणारं शक्तिशाली यंत्र म्हणजे सरवटेची फलंदाजी आणि सरळ चुराडा करत पुढे धावणारा स्टीम रोलर म्हणजे बॅनर्जीची फलंदाजी.

सरवटे आणि बॅनर्जी सहजपणे आपल्यावर असलेल्या जबाबदारीला न्याय देत होते. सरवटेमध्ये ब्रॅडमनचा सहजपणा आणि बॅनर्जीत हॅमंडचा आत्मविश्वास होता.

'गोलंदाजी कुणाचीही असू दे हो, आम्ही भरपूर धावा काढायचं ठरवलंय.' असं म्हणतच दोघंही जणू खेळत होते. जणू काही बॅनर्जी सरवटेला काही फटके शिकवत होता. बरोबर पदन्यास करून चेंडूला काबूत कसं आणायचं, हे सांगत होता आणि सरवटे चपळाईने बेडसरचा चेंडू कसा तडकवायचा, हे बॅनर्जीला सांगत होता.

'आता आपण गंमत म्हणून फलंदाजी करूया हं !' असंच ठरवून दोघं खेळत होते आणि दुसरा नवा चेंडू आल्यावर त्याची चकाकी घालवूनच, दोघं सर्व जणांबरोबर, 'तुम्हाला विश्रांती हवी आहे होय? चला चहाला!' असं म्हणून चहाला आले होते. चहानंतर हसतमुखाने पुन्हा क्रीडांगणावर उतरले ते परिस्थितीचे पूर्ण नियंते म्हणूनच. चहापूर्वी त्यांच्या गुणाचं कौतुक करावंसं वाटलं आणि चहानंतर त्यांच्या पुढे आदराने मान लववावीशी वाटली.

सरवटे शतकाकडे वाटचाल करत चालला. त्याच्या लेटकटला आता धार आली होती आणि स्लिपमधल्या क्षेत्ररक्षकांना मध्ये हात घालण्याची छाती होत नव्हती. थर्ड मॅनमुळे काही चौकार अडले जायचे, एवढंच. आपल्या ठेंगणेपणाची उणीव सरवटेने

चपळाईने भरून काढली होती. मर्चंटची आठवण करून देत त्याने लेगकडे फटके मारून शतक फडकावलं. प्रेक्षकांनी एकच गदारोळ करून सरवटेचा जयजयकार केला आणि बॅनर्जीनिही दिवसाचा खेळ संपण्यापूर्वी एक कंटाळा लाँगऑनच्या बाजूला मारून स्वत:ची धावसंख्या पंच्याऐंशी केली आणि उद्या करतोच शतक, अशी ग्वाही दिली.

दुसऱ्या दिवशीच्या स्वच्छ सूर्यप्रकाशात बॅनर्जीनिही आपलं शतक पूर्ण केलं!

या शेवटच्या दोन फलंदाजांनी उत्तम गोलंदाजीविरुद्ध शतकं फडकावून क्रिकेटक्षेत्रात एक नवाच विक्रम केला. एक षटकार मारू या, म्हणून प्रयत्न करताना बॅनर्जी पार्करच्या गोलंदाजीवर बाद झाला. दोघांनी सव्वाशेच्या जवळपास (बॅनर्जी१२१, सरवटे १२४ नाबाद) धावा केल्या आणि भागीदारी जवळजवळ अडीचशेची (२४९ धावा) केली.

भारतीय संघाच्या शेपटाने अशी आगळी करामत करून दाखवली की, इतर संघांच्या शेपटांना जीव आला आणि त्यांनाही स्फूर्ती मिळाली. भारतीय संघाच्या शेपटाच्या करामतीने इंग्लंड संघाच्या डोक्याला मात्र झिणझिण्या आणल्या, हे खरं!!

७०४७

३. क्रिकेटच्या खेळात चैतन्य फुंकणारी राख

... आणि एकजण मूर्च्छित पडला. एकच धावाधाव सुरू झाली. अनेक उपचार करूनही तो लवकर शुद्धीवर येईना. तो कसाबसा शुद्धीवर येतो न् येतो, तोच आणखी एक वार्ता आली की, एकजण जागच्या जागीच गतप्राण झाला. पुन्हा एकच हलकल्लोळ, धावाधाव झाली.

तुम्हाला वाटेल हे कुठल्या लढाईचं वर्णन तर नाही ना?

तसं म्हटलं तर जिथे प्रत्यक्ष काही अनपेक्षित घडत होतं, तिथे फारशी खळबळ नव्हती. पण ते घडलेलं पाहणाऱ्यांत मात्र एकच हलचल उडाली होती. वरचं वर्णन हे युद्धसदृश अशा एका क्रिकेट सामन्याच्या वेळी प्रेक्षकवर्गात उडालेली हलचल सांगणारं आहे. अतिरंजितही असेल हे वर्णन, पण असा काहीतरी हलकल्लोळ घडला, हे खरं.

त्याचं असं झालं...

१८८२ चा ऑगस्ट. दिनांक २८ आणि २९ हे दोन दिवस, इंग्लंड आणि ऑस्ट्रेलिया यांच्या क्रिकेट स्पर्धेत अगदी अविस्मरणीय झाले आहेत. तसे क्रिकेट सामने या दोन देशांत अनेक झाले. पण हा क्रिकेट कसोटी सामना म्हणजे 'या सम हाच!' याच सामन्याच्या अनपेक्षित निर्णयामुळे 'ॲशेस'चा जन्म झाला.

ऑस्ट्रेलियाचा संघ इंग्लंडच्या दौऱ्यावर आला होता. पूर्वीही येऊन गेला होता. या दौऱ्यापर्यंत ऑस्ट्रेलियन संघाला इंग्लंडच्या भूमीवर कसोटी सामन्यात जय मिळाला नव्हता. या दौऱ्यात एकच कसोटी सामना खेळला गेला आणि ऑस्ट्रेलियाने इंग्लंडच्या भूमीवर पहिला कसोटी विजय मिळवला.

हा सामना 'कमी धावांचा सामना' म्हणूनही गाजला. ऑस्ट्रेलियन संघाच्या पहिल्या डावात केवळ त्रेसष्ट धावा झाल्या. इंग्लंडच्या संघाने त्याला एकशे एक धावा काढून उत्तर दिलं आणि अडतीस धावांचा पुढावा मिळवला. ऑस्ट्रेलियन संघाने दुसऱ्या डावात बरा खेळ केला. मॅसी या फलंदाजाने ५५ धावा काढल्या. कर्णधार मुर्डोश याने २९ धावा काढून चांगली साथ दिली आणि दुसऱ्या डावात ऑस्ट्रेलियन संघाने १२२ धावा केल्या.

इंग्लंडच्या संघाला आता सामना जिंकण्यासाठी केवळ ८५ धावा हव्या होत्या आणि इंग्लंडच्या संघाला या धावा म्हणजे हातचा मळ वाटत असला, तर त्यात नवल नाही.

कारण डब्ल्यू. जी. ग्रेससारखा खंदा वीर, त्यांचा कर्णधार जो हॉर्नबी याच्या साहाय्याला होता, सल्लामसलतीसाठी होता.

सामन्याच्या दुसऱ्या दिवशी दुपारी पावणेचारला इंग्लंड संघाचा दुसरा डाव सुरू झाला. इंग्लंडमधल्या प्रेक्षकांची अगदी शंभर टक्के खात्री होती की, इंग्लंडने हा सामना जिंकल्यासारखाच आहे. ऑस्ट्रेलियन संघाचा पराभव अटळ आहे, या निश्चिंतीने बघणाऱ्या प्रेक्षकांना आश्चर्याचे धक्के बसायला थोड्या वेळाने सुरुवात झाली. ऑस्ट्रेलियन संघ आणीबाणीच्या वेळी काहीतरी आगळंच आश्चर्य करून दाखवतो, हे या सामन्याच्या वेळी सिद्ध झालं आणि याचा पडताळा पुढे सतत येत राहिला. वॉरेलचा वेस्ट इंडीज संघ जेव्हा ऑस्ट्रेलियाला अविस्मरणीय कसोटी सामन्यांची मालिका खेळला, त्यावेळी चौथ्या सामन्यात खेळाच्या शेवटच्या दिवशी ऑस्ट्रेलियन संघ पेचातच आला होता. नववा गडी बाद होऊन शेवटचा गडी क्लाइन हा गोलंदाज फलंदाजीसाठी आला होता. ऑस्ट्रेलियाच्या संघाला सामना जिंकायला अडीचशेच्यावर धावा हव्या होत्या. सुमारे पावणेदोन तास उरले होते. पराभव अटळ वाटत होता.

वेस्ट इंडीजचे खेळाडू 'सामना जिंकलाच' म्हणून उड्या मारू लागले होते. पण वॉरेलने त्यांना सांगितलं, ''हुरळू नका! ऑस्ट्रेलियन संघ वाटेल ते आश्चर्य करून दाखवू शकतो. अजूनही हा सामना ते अनिर्णित ठेवतील.''

आणि आश्चर्य हे की, खरोखरच मॅकाय आणि क्लाइन यांनी पावणेदोन तास सामना प्राणपणाने झुंजवला आणि अखेर अनिर्णित ठेवला. अशी आश्चर्य करण्याची परंपरा मुर्डोशच्या कर्णधारत्वाखाली ऑस्ट्रेलियन संघाने प्रथम सुरू केली. त्यावेळच्या एकाकी कसोटी सामन्यात हा संघ पेचात सापडला होता. यावेळी संघ क्षेत्ररक्षण आणि गोलंदाजी करत होता. सर्व प्रेक्षक उत्कंठेने बघत असताना ऑस्ट्रेलियन संघ क्षेत्ररक्षणासाठी आला आणि मग ...

इंग्लंडचा पहिला गलका शमला. ऑस्ट्रेलियाच्या खंद्या गोलंदाजाने-स्पॉफोर्थने हॉर्नबीची ऑफवी दांडी जमीनदोस्त केली (संघाच्या धावा १५). प्रेक्षक थरारले. लगेच बार्लो आला, पहिल्याच चेंडूला दांडी देऊन गेला. प्रेक्षकांत खळबळ उडाली. नंतर युलियट आला आणि ग्रेसबरोबर त्याने ३६ धावांची भागीदारी केली. अगदी तल्लख फलंदाजी करून हा वीर, यष्टिरक्षक स्पॉफोर्थच्या गोलंदाजीवर ब्लॅकहॅम याच्या हाती झेल देऊन शिबिरात परतला. आता प्रेक्षक जरा आसावले होते. केवळ ३४ धावा हव्या होत्या आणि सात गडी बाकी होते. ग्रेस अजून खेळत होता. मामला अगदी सोपा होता. प्रत्येकाने पाच धावा काढल्या, तरी बास.

ल्यूकस खेळायला आला आणि दोन धावा होतात न् होतात, तोच इंग्लंडचा भीष्म ग्रेस हा बॉइलच्या गोलंदाजीवर बॅनरमनच्या हाती सोपा झेल देऊन बळी गेला. इंग्लंडला भूकंपाचा धक्काही यापेक्षा कमी तीव्र वाटला असता. प्रेक्षक धास्तावले. ग्रेस छान खेळत होता. त्याने ३२ मौल्यवान धावा काढल्या होत्या. आता लिटलटन ल्यूकसच्या मदतीला आला. त्याने ल्यूकसला खेळू न देता गोलंदाजांचा मारा स्वतःवर घेतला आणि तब्बल १२ षटकं खेळून काढली, हळूहळू धावांची संख्या सहासष्टवर गेली आणि लिटलटन स्पॉफोर्थच्या चेंडूवर बळी गेला. प्रेक्षक पुन्हा सावरले.

'आता इंग्लंडचा विजय नक्कीच होणार.' वार्ताहर तर तसाच अहवाल लिहायला सिद्ध झाले.

स्टील खेळायला आला. ल्यूकसने एक चौकार मारला. पण स्पॉफोर्थने स्वतःच्याच गोलंदाजीवर स्टीलचा झेल घेऊन त्याचा बळी घेतला. १५ धावा राहिल्या. रीड आला आणि लगेच दांडी देऊन गेला. आता प्रेक्षकांचे धाबे पुन्हा दणाणले. कारण आता गोलंदाजच खेळायचे उरले. बार्न्स खेळायला आला, त्याने दोन धावा काढल्या आणि तीन अवांतर धावा मिळाल्या. धावसंख्या ७५ झाली. आता फक्त दहा धावा हव्या होत्या आणि तीन गडी बाकी. तेवढ्यात बराच वेळ किल्ला झुंजवून ल्यूकस स्पॉफोर्थला बळी गेला.

प्रेक्षकांना स्पॉफोर्थ हा राक्षसी गोलंदाज वाटू लागला. हा आता इंग्लंडला उरलेल्या दहा धावा तरी करू देतो की नाही, याची त्यांना शंका वाटू लागली. त्यांच्या मनावर असह्य ताण आला. ते घाबरेघुबरे झाले.

स्टड बार्न्सच्या जोडीला आला. बार्न्सचाही बळी बॉइलने घेतला म्हणजे स्पॉफोर्थबरोबर बॉइलही ताप देतो आहे की! आता शेवटचा गडी पीट खेळायला आला. हा तरी मारपीट करून दहा धावा काढील म्हणून प्रेक्षक आशेने बघू लागले. त्याने बॉइलला दोनचा फटका मारला. आता ८ धावाच हव्या. ताण असह्य झाला आणि...

अशा या सामन्याच्या शेवटच्या अर्ध्या तासाच्या वेळी जीवघेणी तीव्रता. प्रेक्षकांचा प्रक्षोभ वर्णन करताना होरान नावाचा वार्ताहर (हा ऑस्ट्रेलियन क्षेत्ररक्षकही होता) म्हणतो की, हा प्रक्षोभ असह्य होऊन एका प्रेक्षकाने त्याच्या हातातल्या छत्रीची मूठ चावून-चावून तोडली. एका इंग्रज फलंदाजाचे ओठ भावनाक्षोभाने राखेसारखे कोरडे ठणक आणि राखाडी रंगाचे झाले. तो फलंदाजीला निघाला तेव्हा होरानजवळून जाताना त्याच्या तोंडून एक शब्दही फुटला नाही. धावा मांडणाऱ्या स्कोअररचा हात इतका थरथरत होता की, पीट या शेवटच्या इंग्रज फलंदाजाचं नाव त्यानं 'गीज' असं लिहिलं.

....आणि एका प्रेक्षकाला एकदम मूर्च्छा आली. एकच धावाधाव.

तेवढ्यात आणखी एक प्रेक्षक मानसिक क्षोभानं गतप्राण झाला अन् त्याच सुमाराला बॉइलने पीटचा त्रिफळा उडवला आणि सामना संपला. अगदी अनपेक्षित रीतीने ऑस्ट्रेलियन संघाने एक अद्भुत चमत्कार करून दाखवला. ज्या इंग्लंड संघाला विजयाची खात्री होती, त्याच इंग्लंडच्या संघाला ऑस्ट्रेलियाने त्यांच्याच भूमीवर प्रथमच अगदी आगळ्या पराक्रमाने पराभूत केलं होतं!

पीट बाद झाल्यावर अनपेक्षित धक्क्याने प्रेक्षकवर्ग क्षणभर बधीर होऊन बसला. इंग्लंडचा पराभव झाला, यावर त्यांचा विश्वास बसेना. नंतर मात्र भानावर येऊन त्यांनी ऑस्ट्रेलियन संघाला विजयाबद्दल जल्लोष करून गौरवलं. एकच धमाल उडाली.

स्पॉफोर्थ या ऑस्ट्रेलियन गोलंदाजाला प्रेक्षकांनी आणि दोन्ही संघांतल्या खेळाडूंनी खांद्यावरून मिरवत तंबूत आणलं. त्याने इतिहास घडवला होता. एकूण या सामन्यात त्याने नव्वद धावा देऊन चौदा इंग्रज फलंदाज गारद केले होते आणि सामन्याच्या उत्कर्षबिंदूला शेवटच्या अकरा षटकांत केवळ दोन धावा देऊन चार गडी बाद केले होते.

'पंच' या नियतकालिकाने स्पॉफोर्थबद्दल एक कविता प्रसिद्ध करून त्याचा गौरव केला होता.

Punch मधील इंग्रजी कविता वाचा -

Well done, Cornstalks whipt us

Fair and square.

Was it luck that tripped us?

Was it scare?

Kangaroo land's Demon or our own

Want of devil, coolness, nerve, backbone?

त्या कवितेचा मराठी अनुवाद मी इथं देतो आहे.

केलेस आज तू आम्हा नेस्तनाबूत

की दैव आमुचे आम्हा देत ना साद?

तरी खरे काय ते अंतर्यामी रुतले

नरसिंह आमुचे कांगारूला भ्याले.

की दैत्याहाती कंदुक झाला वज्र

आणि धीर सुटोनी आम्ही जाहलो नम्र

आम्ही ज्ञाते कसले, मान आमुचा विरला

रणभूमि आमुची विजय शत्रूचा झाला.

नंतर सामन्याच्या दुसऱ्या दिवशी लंडनच्या 'स्पोर्टिंग टाइम्स'चा अंक प्रसिद्ध झाला. त्यात खालीलप्रमाणे ठळक टाईपात बातमी होती.

– इंग्लंडच्या क्रिकेटच्या

प्रेमळ स्मृतीच्या निमित्ताने.

२९ ऑगस्ट १८८२ रोजी इंग्लंडचे क्रिकेट ओव्हल मैदानावर स्वर्गवासी झाले, मरण पावले. मित्रमंडळी आणि परिचित यांना अनिवार शोक झाला.

ईश्वर मृतात्म्यास शांति देवो!

ता. क. : मृत इंग्लिश क्रिकेटच्या पार्थिव देहाचे दहन करण्यात येईल आणि रक्षा (ॲशेस) ऑस्ट्रेलियास नेण्यात येईल.

(In Affectionate Remembrance of English Cricket

Which Died At the Oval, 29 th August, 1882, Deeply lamented By a Large clircle of Srrowing Friends And Aquaintances)

(R.I.P. N.B. - The Body will be Cremated and the 'Ashes' to be sent to Australlia)

अशा तऱ्हेने 'ॲशेस' अस्तित्वात आल्या. असं म्हणतात की, एक इंग्लिश बॅट जाळून तिची रक्षा – ॲशेस एका करंड्यात ठेवली आहे. तो रक्षाकरंडक हेच 'इंग्लंड-ऑस्ट्रेलिया क्रिकेट स्पर्धेचं मानचिन्ह' आहे आणि त्याच्या प्राप्तीसाठी दोन्ही संघ एखाद्या युद्धाच्या जिद्दीने विजयासाठी झुंजत असतात.

१८८२ सालापासून जागतिक युद्धांची वर्षं सोडली, तर आतापर्यंत ही लढत अव्याहत चालू आहे, तितक्याच तीव्रतेने आणि जिद्दीने. ऑस्ट्रेलियन संघ आणि इंग्लिश संघ 'रक्षाकरंडका'च्या ॲशेसच्या शोधासाठी अथवा रक्षणासाठी मुलुखगिरीला जिद्दीने गेले आहेत.

☘☘☘

४. हे असं जडावं नातं

क्रिकेट ! खेळांचा राजा ! श्रीकृष्णाच्या काळात गोकुळात गाजलेला चेंडूफळीचा खेळ आता आंतरराष्ट्रीय क्रिकेट स्पर्धा, विश्वचषक स्पर्धा म्हणून जगन्मान्यता पावलेला पाहून मनाला कसं समाधान वाटतं!

क्रिकेट म्हणजे धीमेपणाची कसोटी, क्रिकेट म्हणजे एकाग्रतेची पराकोटी. क्रिकेट म्हणजे धाडसाची शान. क्रिकेट म्हणजे साहसाचा मान. क्रिकेट म्हणजे नवेनवे डावपेच. क्रिकेट म्हणजे हुशार निर्णयाचे डावपेच. क्रिकेट म्हणजे जल्लोषाची धमाल. क्रिकेट म्हणजे कंटाळ्याची कमाल. क्रिकेट म्हणजे अहिंसक हसरं युद्ध. क्रिकेट म्हणजे संघ विजयासाठी झालो कटिबद्ध, म्हणून क्रिकेट आहे हा खेळांचा राजा. क्रिकेटसाठी खेळाडू आणि रसिक असतो शरीर-मनाने सदैव तसाच ताजा. क्रिकेट खिलाडूवृत्तीचं प्रतीक आहे. ज्या वेळी एखाद्या सामन्यात अशा वृत्तीचा अभाव दिसतो, तेव्हा म्हटलं जातं, धिस इज नॉट क्रिकेट! विज्ञानप्रसार आणि क्रीडास्पर्धा ही निरोगी वृत्तीची प्रतीकं आहेत, म्हणून त्यांच्या बाबतीत देशांच्या सीमांना आणि देशादेशांतील राजकीय संघर्षांना काहीच अर्थ नाही. किंबहुना सांस्कृतिक विकासाची माध्यमं म्हणूनच, यांना मानवी जीवनात खरं स्थान आहे आणि म्हणून महत्त्वही दिलं पाहिजे. जगज्जेता नेपोलियन- फ्रान्सचा बादशहा आणि इंग्लंड यांचा युद्धसंघर्ष चालू असताना सर हाम्फ्रेक डेव्ही या आंग्ल शास्त्रज्ञाला फ्रान्समधल्या वैज्ञानिकांशी आपल्या संशोधनाबद्दल चर्चा करायची आवश्यकता वाटू लागली. त्या वेळी नेपोलियनने डेव्हीला फ्रान्समध्ये प्रवेश तर दिलाच, पण मुक्त संचारही करायला मुभा दिली आणि संरक्षण देऊन विज्ञानप्रसारासाठी फ्रेंच वैज्ञानिकांची दारं खुली ठेवली, असं म्हणतात.

क्रीडाक्षेत्राबद्दलही असंच म्हणता येईल. क्रीडास्पर्धेत कुठल्याही देशाचा खेळाडू त्याचं प्रावीण्य दाखवत असला की, देशनिरपेक्ष, जातीधर्मनिरपेक्ष वृत्तीने ज्याचं मन आदराने आणि गुणग्राहकतेने सद्गदित होतं, तो खरा खेळाडू. कला, क्रीडा आणि विज्ञान ही इतर सर्व पूर्वग्रहांपासून निष्कलंकच असतात, असली पाहिजेत, असावीतच. म्हणून सर गॅरी सोबर्सबद्दल 'सर गॅरी' म्हणूनच ट्रेव्हर बेली हा इंग्रज क्रिकेटपटू कौतुकाने पुस्तक लिहू शकतो आणि रिची बेनो हा ऑस्ट्रेलियन क्रिकेटपटू त्या पुस्तकाला आदराने

प्रस्तावना लिहून देऊ शकतो. त्यामुळे राजकीय मतभेद हे देशादेशांत संघर्षाच्या उंबरठ्यावर येतात, तेव्हा अनेक वेळा हे प्रश्न त्या-त्या देशांच्या खेळाडूंवर सोपवा, असं म्हटलं गेलं आहे. कारण खेळाडूंच्या अंगी शांततापूर्ण आणि पूर्वग्रहविरहित अशा देवाणघेवाणीची कला जन्मजातच असते. परदेशात पाठवलेला खेळाडूंचा संघ हा तिथे सामने खेळत असताना तिथे पाठवलेल्या राजदूतापेक्षाही जास्त परिणामकारक कार्य करून तिथल्या जनतेच्या मनात घर करतो आणि देशादेशांत मैत्रीचं नातं दृढ करतो. सर्वधर्मसहिष्णू भारतातला नागरीक जसा प्रथम भारतीय, नंतर मग त्याच्या जाती-धर्मपंथातला, त्याचप्रमाणे क्रीडापटू हा प्रथम खेळाडू, नंतर ज्या देशात राहत असेल त्या देशाचा. स्वातंत्र्य मिळताना भारताची शकलं होऊन भारत आणि पाकिस्तान अशी दोन राष्ट्रं निर्माण झाली. राजकीयदृष्ट्या तो इतिहास रक्तरंजित आहे, हे खरं. पण या दोन राष्ट्रांतील खेळाडूंनी मात्र या फाळणीतून निर्माण होणारे अनेक प्रश्न सहकार्याने सोडवले आहेत. क्रिकेटच्या बाबतीत हे फार प्रकर्षाने जाणवलं आहे.

क्रिकेट नियामक मंडळाच्या विभागणीचा प्रश्न फाळणीच्या वेळीही आला. त्या वेळी प्रथम मालमत्तेच्या विभागणीचा प्रश्न परस्पर समजुतीने आणि परस्पर विचारविनिमयाने सुकर केला गेला. याला कारण क्रीडापटूंची निरोगी खिलाडू वृत्ती.

सन १९५२-५३ चा पाकिस्तानी क्रिकेटवीरांच्या संघाचा भारत दौरा आणि १९५४-५५ चा भारतीय क्रिकेटपटूंचा पाकिस्तान दौरा यांच्या आर्थिक वाटणीचा प्रश्न सोडवण्यात क्रिकेट नियामक मंडळाला यश आलं. प्रत्यक्ष रक्कम देण्यात जरी दोन्ही बाजूंकडून थोडा वेळ लागला, तरी प्रश्न फार खिलाडू वृत्तीने सोडवला गेला. १९६५ च्या राजकीय मतभेदांचा परिणाम भारत-पाक युद्धात परिणत झाला. या युद्धांच्या वेळी दोन्ही राष्ट्रांचे क्रिकेटपटू, शेष जागतिक संघाकडून इंग्लंडविरुद्ध सामने खेळत होते. त्यात पाकचा हनिफ महंमद आणि भारताचा पतौडी नबाब हे दोघंही होते. त्या दोघांनी दोन्ही राष्ट्रांच्या नेत्यांना, 'राजकीय मतभेदाबद्दल विचार-विनिमय करून एखादा समझोत्याचा मार्ग काढा.'' असा एक संयुक्त टेलिग्राम पाठवून काळकळीची विनंती केली. लालबहादूर शास्त्री आणि आयुबखान या राष्ट्रनेत्यांना या क्रिकेटपटू मित्रांनी पाठवलेल्या टेलिग्राममध्ये अशा अर्थाचा मजकूर धाडला होता. शेष जागतिक संघात खेळणारे संघाचे सदस्य मित्र म्हणून आम्हाला भारत-पाक युद्धाबद्दल फार दु:ख होत आहे. क्रिकेटच्या मैदानावर दोन्ही राष्ट्रातल्या प्रतिनिधी खेळाडूंना एकमेकांबद्दल जिव्हाळा वाटतो. सामन्यात इंग्लंडविरुद्ध जिद्दीने खेळण्यासाठी आम्ही एकदिलाने प्रयत्न करत आहोत. थोर राजकीय नेत्यांनी असंच एकदिलाने, दोन्ही राष्ट्रांतले मतभेद परस्पर सामंजस्य आणि विचारविनिमयाने सोडवावेत, अशी आमची दोन्ही राष्ट्रांच्या

क्रिकेटपटूंतर्फे नम्र आणि आग्रहाची विनंती आहे. या टेलिग्रामने दोन्ही राष्ट्रनेत्यांना दिलेला निरोप-संदेश फार उद्बोधक आणि मार्मिक वाटतो. खेळाडूंच्या भावना राजकीय संघर्षाबाबत काय असतात, याचं प्रतिबिंब या संदेशात स्पष्टपणे जाणवतं. हे खेळाडू राष्ट्रांच्या राजकीय मतभेदाच्या पलीकडे जाऊन क्रीडांगणावर फार खुल्या दिलाने खेळत असतात. खिलाडूपणा हा कुठल्याही भावनेपेक्षा उदात्त असतो, हे अनेक वेळा

राजदूतापेक्षा, सांस्कृतिक शिष्टमंडळांनी, कला, विज्ञान आणि क्रीडा यांतल्या मान्यवरांनी परदेशात केलेल्या कार्यावरून दिसून आलेलं आहे. राष्ट्राराष्ट्रांत मैत्रीचे संबंध उत्तमपैकी प्रस्थापित करण्यात कलाकार, वैज्ञानिक, आणि क्रीडापटूच जास्त यशस्वी झाले आहेत.

१९७१-७२ मध्ये शेष जागतिक संघ ऑस्ट्रेलियात गेला होता. या संघात इंग्लंड, न्यूझिलंड, साउथ आफ्रिका, वेस्ट इंडीज, पाकिस्तान आणि भारत या सर्व राष्ट्रांचे खेळाडू होते. साउथ आफ्रिकन खेळाडूंना त्यांचे राजकीय पुढारी कृष्णवर्गीय क्रिकेटपटूंशी खेळू देत नाहीत, त्यांच्यात मिसळू देत नाहीत. पण १९७१-७२ च्या जागतिक संघात साउथ आफ्रिकन संघातले पोलाक बंधू निवडले गेले. ते संघातल्या सर्व खेळाडूंशी फार उत्साहाने वागले. कृष्णवर्गीय खेळाडूंशी त्यांची चांगली दोस्ती जमली. जी गोष्ट त्यांना त्यांच्या देशात करायला आणि संघ म्हणून कृष्णवर्गीय देशांशी खेळायला बंदी होती, ती गोष्ट जागतिक संघात खेळताना त्यांना आड आली नाही. त्यांना फारच आनंद झाला, याचं कारण ते खरे खेळाडू होते. यानंतर काही वर्षांनी एडी बार्लो या साउथ आफ्रिकन, गौरवर्गीय क्रिकेटपटूने हा प्रश्न हाती घेतला आणि साउथ आफ्रिकन सरकारशी सतत विचारविनिमय चालू ठेवला होता. साउथ आफ्रिकेतर्फे युरोपियन असलेल्या खेळाडूंशी संपर्क साधण्याचा फार निकराचा प्रयत्न केला. याचा दृश्य परिणाम म्हणजे साउथ आफ्रिकन सरकार याबाबतीत बरंच उदारमतवादी झालं आहे.

१९५४-५५ च्या पाकिस्तान दौऱ्यात भारतीय क्रिकेट नियामक मंडळाचे अध्यक्ष विजयनगरचे महाराज कुमार यांनी पाकिस्तानला भेट दिली. तिथे त्यांनी अशी सूचना केली की, 'भारत आणि पाकिस्तान यांनी आपापले संघ एकमेकांकडे, दोन वर्षाआड एकमेकांच्या देशात पाठवावेत. त्यामुळे दोन्ही राष्ट्रांत सदिच्छापूर्वक नातं प्रस्थापित होईल.' दोन्ही राष्ट्रांच्या क्रिकेट नियामक मंडळांनी या बाबतीत केलेले प्रयत्न राजकीय मतभेदांच्या ताणामुळे असफल झाले.

आंतरराष्ट्रीय क्रिकेट परिषदेत पाकिस्तानला स्थान मिळावं, म्हणून भारताने फार प्रयत्न केले. फाळणीच्या वेळी आणि नंतर या परिषदेत भारताची जागा काय असावी, असाच प्रश्न निर्माण झाला होता. नंतर मूळ स्थान दोन वर्षं तरी कायम ठेवावं, असं ठरलं.

१९४८ मध्ये पाकिस्तानने आंतरराष्ट्रीय क्रिकेट परिषदेच्या सदस्यत्वपदासाठी अर्ज केला. केवळ सूचक आणि अनुमोदक नाही, तर इतर सदस्यांकडेही तो पाठवला पाहिजे, या तांत्रिक मुद्द्यांवर तो फेटाळला गेला. भारतीय सदस्य ए.एस. डिमेलो यांनी पाकिस्तानच्या सदस्यत्वाबद्दल पुढाकार घेतला होता. परिषदेच्या कार्यवाहकांच्या सूचनेनुसार तांत्रिक मुद्द्यांची पूर्तता केल्यावर नंतरच्या सभेत पाकिस्तानचा अर्ज आला.

जुलै १९५२च्या या सभेत ए.एन. घोष या भारतीय सदस्याने, भारतीय क्रिकेट नियामक मंडळाच्या सन्माननीय कार्यवाहकाने, उपस्थित राहून, पाकिस्तानच्या अर्जाला मान्यता मिळण्याबाबत पुढाकार घेतला होता. पाकिस्तानच्या क्रिकेटसंघाला आंतरराष्ट्रीय कसोटी सामन्याचा दर्जा मिळाला. डिमेलो यांनी संयुक्त दौरे आणि इतर देशांबरोबर कसोटी सामने खेळणे यातून पाकिस्तानचे इतर देशांबरोबरचे संबंध प्रस्थापित करावेत, असेही प्रयत्न केले. आंतरराष्ट्रीय क्रिकेट परिषदेत भारत आणि पाकिस्तान या दोन्ही राष्ट्रांचे क्रिकेट प्रतिनिधी परस्पर सहकार्याने काम करतात. निरनिराळे प्रश्न आणि समस्या सोडवण्यासाठी मदत करतात.

१९५१ - ५२ च्या इंग्लंड संघाच्या भारत दौऱ्याच्या वेळी त्या संघाने पाकिस्तानलाही भेट द्यावी, असा फार आग्रही प्रयत्न भारतीय क्रिकेट मंडळाने केला.

पाकिस्तानी क्रिकेट अधिकारी हैदराबाद इथे भरणाऱ्या भारतीय क्रिकेट नियामक मंडळाच्या वार्षिक बैठकीसाठी उपस्थित राहणार, अशी विश्वसनीय वार्ता होती. ती सर्वांनी मान्य केली.

१९५५ च्या सभेत महाराजकुमार विजयनगरम यांनी आंतरराष्ट्रीय परिषदेचे नाव 'कॉमनवेल्थ क्रिकेट परिषद' ठेवावं, असा प्रस्ताव मांडला आणि पाकिस्तानने त्याला पाठिंबा दिला.

१९६५ मध्ये कॉमनवेल्थमध्ये नसलेल्या राष्ट्रांना ही परिषद खुली करण्याकरिता परिषदेने पुन्हा 'आंतरराष्ट्रीय क्रिकेट परिषद' हे नाव धारण केलं.

१९४८ मध्ये डिमेलो (भारत) आणि महंमद सैद (पाकिस्तान) यांनी भारत-पाक सदिच्छा सामना घडवून आणण्याचा प्रयत्न केला. तसेच भारतीय क्रिकेट मंडळाने 'आशियाई क्रिकेट परिषद' स्थापन करून आशियाई राष्ट्रांची एक क्रिकेट संघटना बांधण्याचाही प्रयत्न केला. पाच जानेवारी १९४९ ला कलकत्ता इथे पहिला मेळावा घेतला गेला. डॉ.बी.सी. रॉय यांनी त्याचं उद्घाटन केलं. डिमेलो यांच्या अधिपत्याखाली निर्णयाची नवसूत्री निश्चित केली गेली. त्यातलं पहिलं सूत्र असं होतं की, भारत, पाकिस्तान, सिलोन, मलाया आणि ब्रह्मदेश या आशियाई राष्ट्रांत क्रिकेट खेळलं जातं. त्यांच्यात परस्पर सौहार्दाचे बंध जास्त दृढ करण्यासाठी प्रयत्नशील होण्याचा, हा मेळावा निर्णय घेत आहे. पाकिस्तान आणि भारत यांच्या अधिकृत अशा परस्पर दौऱ्याशिवाय (१९५२-५३, ५४-५५, ६०-६१ या दौऱ्यांशिवाय) या राष्ट्रांतील परस्पर सौहार्द वाढावं, म्हणून इतर अनेक प्रयत्न केले गेले. पाकिस्तान संघ १९५४-५५ ला अजमेरला आला. लाहोरचा कसोटी सामना पाहण्यासाठी हजारो भारतीय शौकिनांना येण्याची परवानगी

पाकिस्तानने दिली. पाकिस्तान-पंजाब आणि भारत-पंजाब यांनी आपले जुने मैत्रीचे बंध उजळवण्यासाठी आपापल्या क्रिकेट संघाचे, परस्परांत अमृतसर इथे २२ ते २५ ऑक्टोबर १९५५ आणि लाहोर इथे २५ ते २९ नोव्हेंबर १९५५ या दिवशी दोन सामने घडवण्याचाही प्रयत्न केला.

१९५३ मध्ये मुंबईचा शालेय संघ पाकिस्तानला कराचीला गेला आणि सामना खेळला गेला. कराचीच्या आंतरशालेय क्रिकेट संस्थेने हे आमंत्रण दिलेलं होतं. कराचीच्या शालेय संघातून पुढे जागतिक कीर्ती मिळवलेला हनिफ महंमद खेळला. त्याने ७० धावा काढून आपली झलक दाखवली.

मुंबईच्या असोसिएट सिमेंट कंपनीच्या क्रिकेटसंघाने दहा-बारा वर्षांपूर्वी पाकिस्तानला भेट दिली. १९६० मध्ये प्रख्यात भारतीय क्रिकेटपटू लाला अमरनाथ याने, 'इंडियन स्टारलेट्स' या नावाने, एक क्रिकेटसंघ स्वत:च्या नेतृत्वाखाली 'पंजाब क्रिकेट मंडळ, पाकिस्तान' यांचे पाहुणे म्हणून नेला. हा संघ लाहोर, रावळपिंडी, लैलापूर इथे तीन दिवसांचे आणि सिआलकोट इथे दोन दिवसांचा एक असे एकूण चार सामने खेळला. अमरनाथच्या या संघात बी.बी. निंबाळकर, एम.एल. जयसिंहा, ए.जी. मिल्खासिंग, एफ. एम. इंजिनिअर, व्ही.व्ही. कुमार आणि विजय मेहरा असे कसोटीवीर होते.

१९५४ मध्ये पाकिस्तान सर्व्हिसेस आणि भावलपूर इलेव्हन या संयुक्त संघाने मुंबईला भेट दिली. या संघात दहा कसोटीवीर होते. मुंबई क्रिकेट मंडळाच्या रौप्यमहोत्सवाचा एक भाग म्हणून एक सामना खेळला गेला. मुंबईच्या भारतीय संघाने पाकिस्तानी पाहुण्या संघाचा एक डाव आणि १२५ धावांनी पराभव केला. या सामन्यात भारताचा जगद्विख्यात फिरकी गोलंदाज सुभाष गुप्ते याने पाहुण्या संघाचे दहाही गडी ७८ धावांत बाद केले आणि भारतातल्या प्रथम दर्जाच्या सामन्यात एका डावात दहाही गडी एकाच गोलंदजाने बाद करण्याचा विक्रम प्रस्थापित केला. तसेच भारताकडून पंकज रॉय यांनी ८८, विजय मांजरेकर यांनी ९९ आणि पी.आर. उम्रीगर यांनी ५५ धावा काढल्या, तर जी.एस. रामचंद्र यांनी १०१ धावा करून दणदणीत शतक फडकावलं. भारत आणि पाकिस्तान या दोन्ही राष्ट्रांच्या परस्पर सौहार्दाचं द्योतक म्हणून दोन्ही राष्ट्रांच्या सरकारी यंत्रणेने कसोटी सामन्यांच्या धावत्या वर्णनासाठी आकाशवाणी निवेदक म्हणून परस्परांच्या तज्ज्ञांना पाचारण केलं. त्याप्रमाणे प्रख्यात निवेदक ए.एफ.एस. तल्यारखान यांनी पाकिस्तानला १९५४-५५ मध्ये त्यासाठी भेट दिली. बऱ्याचशा पाकिस्तानी आणि भारतीय वीरांनी प्रथम दर्जाच्या क्रिकेट सामन्यांत एकत्र म्हणजे एका संघातून भाग घेतला आहे. हे सामने भारत, पाकिस्तान, सिलोन, इंग्लंड आणि ऑस्ट्रेलिया यांच्यात झाले

आहेत. आपल्या क्रिकेट बांधवांच्या बेनीफिट (आर्थिक सदिच्छा) सामन्यात भाग घेणं, हे दोन्ही राष्ट्रांच्या खेळाडूंना मानाचं पान मिळाल्यासारखं वाटतं.

अलीकडेच विख्यात पाकिस्तानी क्रिकेटपटूंनी भारतीय क्रिकेटपटूंच्या बेनीफिट सामन्यात भाग घेतला आहे. १९६०-६१ च्या पाकिस्तानी संघाने दौऱ्यात मुंबईला एक सामना मुद्दाम जादा म्हणून खेळायचं ठरवलं. हा सामना लाला अमरनाथच्या सन्मानार्थ बेनीफिट सामना म्हणून खेळला गेला. या सामन्यासाठी पाकिस्तान संघाने पुढाकार घेतला. पाकिस्तानच्या बॅगेजमन आदम महंमद याच्यासाठी झालेल्या बेनीफिट सामन्यात, भारतीय क्रिकेटपटूंना निमंत्रण आलं होतं. या निमंत्रणाला मान देऊन भारतीय खेळाडूंनी आपली खिलाडूवृत्ती दाखवली. आदम महंमद हा 'आदू' या नावाने जास्त लोकप्रिय आहे. भारत-पाकिस्तान या देशांत झालेल्या तीन कसोटी मालिकांतले सर्व क्रिकेटवीर त्याला माहीत आहेत, चांगले परीचित आहेत. ते त्याला आदराने जाणतात. परलोकवासी सय्यद वझीर अली या क्रिकेटपटूच्या बेनीफिट सामन्यातही भारतीय क्रिकेटपटूंनी भाग घेतला.

१९५०-५१ मध्ये भारतीय प्रधानमंत्र्यांच्या संघाकडून खेळताना पाकिस्तानी क्रिकेटपटू इम्तिआज अहमद याने आपल्या क्रिकेट कारकिर्दीतल्या प्रथम दर्जाच्या क्रिकेट सामन्यात ३०० हा सर्वोच्च धावांक रचला. भारत आणि पाकिस्तान या दोन्ही देशांतल्या क्रिकेटपटूंनी शेष जागतिक संघांत इंग्लंड आणि ऑस्ट्रेलिया यांच्याविरुद्ध एकदिलाने सामन्यात भाग घेतला आहे. तसेच कॉमनवेल्थ आणि डोमिनियन संघात इंग्लंड आणि सिलोन यांच्या संघाविरुद्ध एकदिलाने खेळ करण्यात भारतीय आणि पाकिस्तानी क्रिकेटपटू यशस्वी झाले आहेत.

भारत आणि पाकिस्तान या राष्ट्रांतली मैत्री ही क्रिकेट खेळाडूंनी, इंग्लंडमधल्या आंतरविद्यापीठ सामन्यात खेळताना आणि इंग्लिश परगण्यांच्या संघातून खेळताना प्रकर्षाने दाखवली आहे. खिलाडूवृत्ती ही अशीच सर्व भावनांच्या अतीत असते, म्हणून ऑस्ट्रेलिया विरुद्ध शेष जागतिक संघातून खेळताना सर गॅरी सोबर्स यांनी काढलेल्या २५४ धावांचं वर्णन करताना ऑस्ट्रेलियन आणि जगन्मान्य क्रिकेट खेळाडू डॉन ब्रॅडमन म्हणाला, ''इतकी उत्कृष्ट फलंदाजी मी ऑस्ट्रेलियन क्रीडांगणावर अनेक वर्षांत पाहिली नव्हती.''

त्याच शेष जागतिक संघात पाकिस्तानी खेळाडूंबरोबर सुनील गावसकर आणि बिशनसिंग बेदी एकदिलाने खेळत होते. त्यांचा सहकारी खेळाडू म्हणून गॅरी सोबर्ससारखा जगद्विख्यात सर्वांगीण क्रिकेटपटू सुनील गावसरकचं कौतुक खुल्या दिलाने करू शकतो, ते या सर्वांतीत खिलाडू वृत्तीमुळेच. 'लेग थिअरी' मुळेच परस्परांवर टीका करणारे

फिंगलटन (ऑस्ट्रेलिया) आणि लारवुड (इंग्लंड) हे परम मित्र होऊ शकतात. रॉबिन्स आणि ब्रॅडमन हे विरुद्ध संघातले खेळाडू दोस्त म्हणून परस्परांचे सन्माननीय पाहुणे होतात, तेही या खिलाडू वृत्तीमुळेच.

ऑस्ट्रेलिया आणि वेस्ट इंडीज यांच्या १९६०-६१ च्या कसोटी मालिकेत प्रख्यात टाय टेस्टच्या वेळी सामना जिंकण्याच्या जिद्दीने खेळ आणि टेस्ट टाय निर्णयानंतर ताण गेल्यामुळे दमलेल्या, कोसळणाऱ्या वॉरेलला सावरणारा आणि मानाने पॅव्हेलियनमध्ये आणणारा बेनो खरा खेळाडू आणि वेस्ट इंडीज संघाचं कौतुक करणारा ऑस्ट्रेलियाही खेळाडूच.

मोने नट एकमेकांचं गुणग्रहणच करतात, थोर वैज्ञानिक एकमेकांचं ऋण मानतात, थोर साहित्यिक परस्परांचे वाङ्मयीन गुण चाहतात, थोर चित्रकार एकमेकांची चित्र-प्रदर्शनं जिव्हाळ्याने बघतात, थोर संगीतज्ज्ञ एकमेकांच्या मैफलीत दाद द्यायला उपस्थित राहतात. असं घडत नाही, हे फक्त राजकारणाच्या क्षेत्रात. त्यामुळे देशादेशांतले मैत्रीचे संबंध उत्तम रीतीने प्रस्थापित करायला, जिथे राजकीय नेते अयशस्वी ठरतात, तिथे सांस्कृतिक मंडळं, क्रीडापटूंचे संघच यशस्वी ठरतात.

गेल्या ऑलिंपिक सामन्यांच्या वेळी अरबांनी इस्रायली खेळाडूंची अनपेक्षित कत्तल केली, हे किती घृणास्पद आहे, हे अशा विचाराअंती जाणवते. अलीकडे ही खिलाडू वृत्ती थोडी घसरली आहे का, अशी शंकाही येते. पंचाच्या निर्णयाबद्दल नापसंती दाखवायला जागेवर थांबून राहणं आणि चेहरा रुष्ट करणं, बॅट आपटणं, स्टंप उडवणं, ड्रेसिंगरूममधल्या काचा फुटतील अशा तऱ्हेने बॅटी फेकणं, चेंडू जमिनीवर आपटणं, पंचाशी हुज्जत घालणं, त्याला दम देणं, त्याने मुद्दाम चमत्कारिक आणि उघड-उघड खोटे निर्णय देणं, क्रीडांगणावर खेळाडूंनी एकमेकांना शिव्या देणं, खोटी पायचीत आणि झेल यांची अपिलं करत राहणं आणि पंचाला गांगरवणं, मुद्दाम वाइड बॉल टाकून नकारात्मक रडका वेळ खेळणं, यष्टिरक्षकाने सीमापार गेलेला चेंडू आणण्यासाठी, स्वत: जाणं आणि खेळ फुकट घालवणं, मुद्दाम खेळपट्टीवरून गोलंदाजाने चालून खड्डे पाडणं आणि ती गोलंदाजीला जास्त अनुकूल करणं, फलंदाज धाव घेत असताना गोलंदाजाने मुद्दाम वाटेत येणं, एवढंच नव्हे तर झालेला पराभव सहन न होणं, प्रतिपक्षाच्या खेळाडूंना दुसऱ्या खोट्या कारणाने बदनाम करण्याचा प्रयत्न करणं असे एक ना अनेक प्रकार अलीकडे जास्त घडतात की काय, असं वाटतं. अगदी पहिल्या पाकिस्तान दौऱ्यात करदार-मनकड संघर्ष झाला होता, असं म्हणतात. त्यात करदार दोषी होता, असंही म्हणतात. गेल्या भारताच्या पाकिस्तान दौऱ्यात मजीदखान, इम्रानखान आणि झहिर अब्बास हेच पाकिस्तानी खेळाडू भारतीयांशी

चांगले वागले आणि इतर म्हणजे मुश्ताक महंमद, सरफराज नवाझ हे जरा अस्पृहणीयच वागले, असंही ऐकिवात आलं.

बेनोच्या नेतृत्वाखाली आलेला ऑस्ट्रेलियाचा संघ प्रथम पाकिस्तानात कसोटी सामने खेळून, मग भारतात आला, तो विजयी संघ म्हणूनच. भारतात आल्यावर भारतीय संघाच्या मित्रत्वाच्या आणि खिलाडूपणाच्या वागणुकीमुळे ऑस्ट्रेलियन खेळाडूंचा एकूण मनोभाव असा होता म्हणे, 'पाकिस्तानात लढाईच खूप केली. चला, भारतीय खेळाडूंबरोबर आता खरं क्रिकेट खेळू या.' हा भाव म्हणजे पाकिस्तानी अखिलाडू-वृत्तीवरची प्रतिक्रियाच म्हणावी लागेल का?

तीनएक वर्षांपूर्वी पाकिस्तान संघाच्या ऑस्ट्रेलियन दौऱ्यात एका ऑस्ट्रेलियन फलंदाजाने एका कसोटी सामन्यात डेड झालेला चेंडू हाताने उचलून गोलंदाजाकडे फेकला. तेव्हा सरफराज नवाझ या खेळाडूने अंपायरकडे अपील केलं आणि नियमाप्रमाणे फलंदाजाला बाद ठरवण्यात आलं. पण हा रडीचा डाव झाला. फलंदाजाने दाखवलेल्या सौजन्याचा हा गैरफायदा घेणं झालं.

इंग्लंड आणि वेस्ट इंडीज हे असेच बॅडलूजर्स आहेत, असं म्हटलं जातं. इंग्लंडच्या लेग थेअरीचं बॉडीलाइन स्वरूप जेव्हा ऑस्ट्रेलियन फलंदाजांच्या अंगावर शेकू लागलं, तेव्हा ऑस्ट्रेलियन कर्णधार वुडफुल संतापला आणि त्याच्या समाचाराला आलेल्या वॉर्नर या इंग्रजी व्यवस्थापकाला म्हणाला, ''क्रीडांगणावर जे चालू आहे, ते क्रिकेट आहे का?''

क्रिकेटच्या खेळातला खिलाडूपणा जाता कामा नये. कारण क्रिकेट हा बुद्धिबळाच्या खेळासारखा, पण त्यात मानसिक आणि शारीरिक अशा दोन्ही कसोट्यांना, खेळाडूंना सर्वतोपरी तोंड द्यावं लागतं. तेही शांत मनाने, कणखर वृत्तीने आणि हसऱ्या चेहऱ्याने. कधी दुखऱ्या शरीराने आव्हानं स्वीकारावी लागतात. प्रसंगी आजार बाजूला सारून आणि शरीर धोक्यात घालूनही थंडपणे, जिद्दी मनाने. म्हणून क्रिकेट ही एक कसोटीच आहे खेळाडूंच्या जीवनातली.

पाकिस्तान आणि भारत यांच्यातले मैत्रीचे संबंध हे क्रिकेट मैदानावरच्या खिलाडू वृत्तीने अधिक दृढ होण्यासाठी प्रत्येक पाकिस्तान दौरा, इतकंच नव्हे तर इंग्लंड दौरा, ऑस्ट्रेलियन दौरा, वेस्ट इंडीज दौरासुद्धा फलद्रूप व्हावा आणि त्यासाठी दोन्ही बाजूंच्या खेळाडूंनी प्रयत्न करावेत. परस्पर देशांसाठी राजदूताचं खरं काम करावं. असं एकदा मैदानावर निरपेक्ष नातं जुळलं म्हणजे इतरही परस्पर संबंधक्षेत्रात त्याचं परावर्तन होईल. दोन्ही राष्ट्रांचे संबंध जिव्हाळ्याचे म्हणून प्रस्थापित होण्यास, या क्रिकेट मैदानावरच्या खिलाडूवृत्तीचा फार उपयोग होईल, हे निश्चित.

या निमित्ताने भारत-पाकिस्तान कसोटी मालिकांचं थोडंसं सिंहावलोकन फारसं वावगं ठरणार नाही आणि या कसोटी मालिकेपासून प्रत्येक देशाच्या प्रत्येक दौऱ्यातल्या कसोटी मालिकेबाबत थोड्या विशाल अपेक्षा व्यक्त करणं अनाठायी होणार नाही.

गेल्या सर्व कसोटी मालिकांत १९५२-५३ ची भारतातली मालिका सामना जिंकण्याच्या ईर्ष्येने खेळली गेली. पण नंतरची १९५४-५५ ची पाकिस्तानमधली, १९६०-६१ मधली भारतातली मालिका पराभवाच्या भीतीने अनिर्णित ठेवण्यासाठी आटोकाट प्रयत्न करत, दोन्ही संघांनी फारच कंटाळवाणी केली. ते क्रिकेट नव्हतंच. ती एक भित्री धडपड होती. हनीफ महंमद हा अत्यंत वेळकाढू खेळाडू म्हणून पुढे गाजला. त्याची बीजं १९५२-५३ च्या मालिकेतच त्याच्या खेळात पेरली गेली आणि रुजली. पहिल्या कसोटीत हनीफ महंमदने पहिल्या डावात ५१ धावांसाठी २२० मिनिटं घेतली. तिसऱ्या कसोटीत ९६ धावांसाठी ३३० मिनिटं घेतली. १९५४-५५ च्या मालिकेत पहिल्या कसोटीत १४२ धावांसाठी ५१९ मिनिटं घेतली. ही त्याची कंटाळवाण्या, सामना वाचवणाऱ्या-जिंकणाऱ्या नव्हे, खेळाची वाटचाल. ती शेवटी वेस्ट इंडीजच्या कसोटी सामन्यात ३३७ धावांसाठी सुमारे १६ तास घेऊन अत्यंत संथ खेळाचा, कंटाळवाणेपणाचा विक्रम करण्यात परिणत झाली. त्याला अर्थातच शरीराच्या काटकपणाचं आणि मनाच्या एकाग्रतेचं बिरुद मिळालं. पण खरं म्हणजे, तेच बिरुद हे क्रिकेट आहे का? हा प्रश्न सतावत राहिला.

१९५२-५३ च्या कसोटी मालिकेत विनू मनकडने तिसऱ्या कसोटीत १००० धावा आणि १०० बळी असा दुहेरी विक्रम करणारा पहिला भारतीय क्रिकेटपटू म्हणून मान मिळवला. त्यावेळी केवळ २३ कसोट्यांमध्ये हा विक्रम करणारा विनू मनकड हा जगातला एकमेव खेळाडू होता. त्याच कसोटीत हजारे-उम्रीगर जोडीने तासाला सुमारे ४५ धावा या वेगाने धावसंख्या वाढवली. अमरनाथाने जवळजवळ अडीच दिवस आधी ३८७ वर डाव घोषित केला. सामना जिंकण्याचं आव्हान दिलं. आक्रमक क्षेत्ररक्षणासाठी फलंदाजाभोवती आठ क्षेत्ररक्षक उभे करून सामना जिंकण्याची जिद्द दाखवली. पाचव्या कसोटींत पहिल्या पदार्पणात शतक काढणारा दीपक शोधन, नंतर कुठं गुप्त झाला, कुणाला माहीत! या कसोटी मालिकेनंतर अमरनाथ पुन्हा कसोटीत उतरला नाही. पाकिस्तानी कर्णधार करदारने पहिल्या कसोटी सामन्यातल्या विजयाबद्दल अमरनाथचं अगदी जाहीरपणे प्रेक्षकांसमोर अभिनंदन केलं. ही करदारच्या खिलाडूपणाला स्तुत्य आणि योग्य अशीच वागणूक होती. तसंच त्याने पहिल्या पदापर्णात शतक काढणाऱ्या दीपक शोधनचंही पाचव्या कसोटीच्या वेळी सर्वांच्या आधी अभिनंदन केलं. त्याचप्रमाणे वकार हुसेनच्या दुसऱ्या डावातल्या उत्कृष्ट खेळाबद्दल त्याचं अभिनंदन सर्व भारतीय क्षेत्ररक्षकांनी

टाळ्या वाजवून केलं. अमरनाथ पाचव्या सामन्याच्या वेळी आजारी असून खेळला. सामन्यानंतर कसोटी मालिकेतल्या खेळाबद्दल अभिनंदन करण्यासाठी करदार आणि मॅनेजर महंमद हुसेन हे अमरनाथच्या हॉटेलमधल्या खोलीवर गेले. त्याच्या प्रकृतीची आस्थेने चौकशी केली आणि त्याच्याबरोबर भारत-पाकिस्तान या दोन्ही राष्ट्रांतल्या क्रिकेटच्या विकासाबद्दल योजना आखण्याच्या दृष्टीने दीर्घकाल चर्चा केली.

१९५४-५५ च्या कसोटी मालिकेत संथ खेळाची कमाल दोन्ही संघांनी दाखवली. क्रिकेटचा सामना जिंकण्यासाठी खेळायचा असतो, हे जणू सर्व जण विसरले होते. पहिला सामना अनिर्णित राहिला. भारताचा दुसरा डाव पाच बाद २२१ वर विनू मनकडने वेळ संपण्याच्या आधी दहा मिनिटं, शेवटच्या दिवशी का घोषित केला कुणास ठाऊक? हा निर्णय जसा अनपेक्षित, तसा क्रीडाक्षेत्राला उदासवाणं स्वरूप आणणारा होता. तिसऱ्या कसोटी सामन्यात पाकिस्तानच्या पहिल्या डावात तीनशे अठ्ठावीस धावांमध्ये भारतीय यष्टिरक्षण-कौशल्य प्रकर्षाने दाखवलं. चौथ्या कसोटी सामन्यात साडेचार दिवसांच्या सुमारे १५०० मिनिटांच्या खेळात, दोन्ही संघांनी मिळून ६३८ धावा नोंदवल्या. दोन्ही संघांच्या कंटाळवाण्या, आत्मविश्वासरहित, पराभवाच्या भीतीने ग्रासलेल्या खेळाचं हे उत्तम उदाहरण म्हणावं लागेल. भारताने तर काहीही आव्हान नसताना एकोणीस षटकांत २३ धावा केल्या. क्रिकेट रसिकांनी हा असाही खेळ शांतपणे पाहिला, याबद्दल त्यांचंच जास्त कौतुक केलं पाहिजे.

१९६०-६१ च्या कसोटी मालिकेत पहिल्या कसोटीत हनीफ महंमद आणि सैद अहमद यांनी दुसऱ्या विकेटसाठी २४६ धावांची विक्रमी भागीदारी केली. पण पुढचे नऊ बळी केवळ ४९ धावांत पडले आणि याच्या उलट भारताच्या पहिल्या आठ विकेट ३०० धावांत पडल्या. पाकिस्तानची तीनशे पन्नास ही धावसंख्या भारत ओलांडतो की नाही, हा संदेह निर्माण झाला. कारण रमाकांत देसाई आणि गुप्ते हे गोलंदाज फक्त खेळायचे राहिले होते. पण रमाकांत देसाई एखाद्या खंद्या फलंदाजासारखा खेळला आणि स्वत:च्या पंच्याऐंशी निर्दोष धावा काढून, यष्टिरक्षक नाना जोशीबरोबर १४९ धावांची, एका दृष्टीने विक्रमी भागीदारी त्याने केली. महंमद हुसेन या उंचपुऱ्या पाकिस्तानी गोलंदाजाने रमाकांत देसाईच्या बुटक्या वामनमूर्तीकडे कौतुकाने पाहून त्याची बॅट मिस्किलपणे तपासली आणि मनगटंही न्याहाळली, असं म्हणतात. या मालिकेत बोर्डे चौथ्या सामन्यात शैलीदार शतक काढून पुढे आला. त्याने १७७ धावांसाठी जास्त वेळ घेतला. हे त्याच्या नेहमीच्या फटकेबाज खेळाशी विसंगत होतं, तरी त्याचा खेळ प्रेक्षणीय झाला. या सामन्यात व्ही.व्ही. कुमार या भारतीय गोलंदाजाला कसोटीतल्या पहिल्या पदार्पणात पहिल्या षटकात बळी

मिळवण्याचा मान मिळाला. नाडकर्णीचं गोलंदाजीचं पृथक्करण ३४:२४:१ बळी, असं आगळं होतं. या सामन्यात त्या वेळपर्यंत सर्वांत लहान वयाचा शतक काढणारा कसोटी खेळाडू म्हणून मुश्ताक महंमद (वय वर्षं १७ आणि दिवस ७८) याने २१० मिनिटांत १०१ धावा काढून मान मिळवला. या सामन्यात झेल सोडण्याची दोन्ही संघांनी चढाओढ चालवली होती. एकूण १९६०-६१ च्या कसोटी मालिकेत धावा काढण्याचा वेग कंटाळवाणा होता. या बाबतीत पाकिस्तानने दर १०० चेंडूंत ३५ धावा काढून सरसपणा दाखवला. भारताने थोडा जलद म्हणजे दर १०० चेंडूंत ३९ धावा असा खेळ केला. हे सांगण्याचं कारण गेल्याच वर्षी झालेल्या भारत-पाकिस्तान मालिकेत हा कंटाळवाण्या खेळाचा मनु पालटला आहे. आक्रमक खेळाचा पवित्रा घेऊन पाकिस्तानने ही मालिका जिंकली. तिसऱ्या सामन्यात मिनिटात १ धाव यापेक्षा जास्त वेग घेऊन अशक्य वाटणारं शक्य करून सामना जिंकला. भारतीय खेळाडूंनी ऐन संघर्षाच्या वेळी अवसान गाळण्याची अर्जुनाची परंपरा तिथेही चालू ठेवली. सामना हरणारच आहोत, याच कल्पनेने खेळ केला आणि एका दृष्टीने थोडा बोलच लावून घेतला. अर्जुनाला गीता सांगणारा श्रीकृष्ण हा सारथी होता.

'सुखदुःखे समे कृत्वा लाभालाभौ जयाजयो'

या कल्पनेने जिद्दीने आव्हान स्वीकारण्याचा उपदेश करून युद्धप्रवण करणारा श्रीकृष्ण, भारतीयांना सदैव आवश्यक आहे का? एकदा अर्जुनाला सांगितलेली गीता सदैव मनात वागवून भारतीय माणूस, मग तो खेळाडू असो, नट असो, संगीतकार असो वा सैनिक असो, आव्हान स्वीकारणार आहे की नाही? प्रत्येक कसोटी मालिकेत भारतीय खेळाडूंनी आव्हान स्वीकारावं. अर्थात खिलाडूवृत्ती आवश्यक आहेच. रडी खेळ न करता, आक्रमक आणि न्याय्य खेळ खेळावा. यामुळेच क्रीडा, क्रीडापटू आणि देश यांचं परस्पर नातं अत्यंत निरोगी असं प्रस्थापित होईल. भारताच्या बाजूने तर हा प्रयत्न अपेक्षितच आहे. कारण भारतीय संघाच्या कर्णधारपदी असलेल्या विक्रमशाली कर्णधाराला श्रीकृष्णाची गीता सदैव उत्तेजन द्यायला सज्ज आहे.

꣠꣠

५. जिद्दीचा खेळाडू

एकदा काय झालं, एक अगदी धीट, धाडसी आणि तसं म्हटलं तर अगदी निष्णात शिकारी शिकारीचा खेळ खेळावा म्हणून अगदी आत्मविश्वासाने, आरामात आणि कसलीही शंका मनात न बाळगता सरळ एका रानात गेला. त्याला अपेक्षा होती, तसा एक ढाण्या वाघ त्याला भेटलाही. शिकारी तसा सावध होता. त्याने त्या ढाण्या वाघाला डिवचून अंगावर घेतला आणि त्याच्याशी मुद्दामच लपंडाव खेळत-खेळत, मग टिपण साधून गोळी घातली. वाघ मरून पडला. निदान शिकारी तसा तर्क करून मोठ्या धिटाईनं, गाणं गुणगुणत, गाफीलपणे म्हणा किंवा अगदी दृढ आत्मविश्वासाने म्हणा, त्या वाघाजवळ गेला आणि त्याचं शेपूट धरून स्वत:च वाघाला ओढत न्यावं, या कल्पनेने त्याने शेपटाला हात घातला. मात्र ते शेपूट एकदम वळवळलं आणि जोरात डरकाळी ऐकू आली. त्या एकदम जिवंत झालेल्या शेपटाने त्या शिकाऱ्याला असा तडाखा दिला की, तो शिकारी उन्मळून आदळला आणि दुसऱ्या क्षणाला त्या वाघानेच त्या मृत शिकाऱ्याला तोंडात धरून ओढून नेलं.

अशी कथा तुम्हाला कुणी सांगितली तर तुम्ही काय म्हणाल?

'हं! असं थोडंच घडतं? कधीच नाही घडत म्हणा ना! पण...'

थोडा वेळ साशंक होऊन तुम्ही थांबून मनात म्हणाल, 'पण काय नेम सांगावा?' आणि हा 'पण' कधी कधी 'न घडणारी गोष्ट घडते बरंऽऽ!' असा इशारा देतो.

आणि एका क्रिकेटच्या सामन्यात असं घडलंही! सांगू कोणता सामना तो?

जून १९२२ मध्ये बर्मिंगहॅमला झालेला, हॅम्पशायर आणि वॉरविकशायर या दोन परगण्यांत झालेला सामना. हॅम्पशायरचा कर्णधार होता लॉर्ड टेनिसन आणि वॉरविकशायरचा कर्णधार होता कॅलथॉर्प.

लॉर्ड टेनिसन हा प्रख्यात कवी टेनिसनचा नातू. आजोबांच्या 'नाइट्स ऑफ दी राउंड टेबल' - 'गोलमेजाभोवतीचे राजमान्य शिलेदार' यांच्यातल्या पराक्रमी शिलेदाराचं रक्त या नातवाच्या धमन्यांतून सळसळत होतं. पहिल्या जागतिक महायुद्धात झालेल्या जखमांना डासांच्या चाव्यापलीकडे किंमत न देणारा हा लॉर्ड लिओनेल हॅलम टेनिसन खरोखरच जिद्दीचा फलंदाज होता. ती त्याची जिद्द एखाद्या लढवय्याला साजेशी होती.

१९२१ च्या इंग्लंड-ऑस्ट्रेलिया कसोटी लढतीत, इंग्लंडात ऑस्ट्रेलियाच्या संघाने हाहाकार उडवला होता. ग्रेगरी आणि मॅकडोनल्ड या ऑस्ट्रेलियाच्या द्रुतगती गोलंदाजांनी पहिल्या दोन कसोटीत इंग्लंडचा साफ धुव्वा उडवून दणदणीत पराभव केला होता. फ्रँक वूलीच्या ९५ आणि ९३ या दोन डावांनी इंग्लंडची अब्रू जरा बचावली होती इतकंच. तिसऱ्या कसोटीपासून लॉर्ड लिओनेल टेनिसन या हॅम्पशायरच्या कर्णधाराला इंग्लंड संघाचा कर्णधार नेमण्यात आलं.

'लीड्स'च्या कसोटीत ऑस्ट्रेलियन खेळाडू चार्ल्स मॅकार्टन याचा एक फटका अडवताना टेनिसनचं एका हाताचं एक बोट तुटलं. त्याने असह्य वेदना सैनिकाच्या आगळ्या सहनशीलतेने सहज फुंकरून टाकल्या. इतकंच नाही, तर इंग्लंडच्या दोन्ही डावात एका हाताने बॅट धरून फलंदाजी करत अनुक्रमे त्रेसष्ट आणि छत्तीस अशा अमोल जिद्दीच्या धावा काढल्या. पहिल्या डावात तर साधारण तासाभरातच त्रेसष्ट धावा फटकावल्या, म्हणजे जवळजवळ मिनिटाला एक धाव. सामना हरला तरी संघाला नवचैतन्य देण्यात लॉर्ड टेनिसन कर्णधार म्हणून यशस्वी ठरला.

तर असा हा जिद्दी लॉर्ड टेनिसन हॅम्पशायरचा कर्णधार होता. हॅम्पशायरचा वॉरविकशायर बरोबर सामना -

पहिला दिवस. थोड्याशा भुरूभुरू पडलेल्या पावसाने खेळपट्टी जरा भिजली होती, एवढंच. टॉस जिंकून कोणताही कर्णधार बॅटिंग घेईल, हीच जास्त शक्यता होती. पण लॉर्ड टेनिसनचं वैशिष्ट्य ते काय राहिलं मग? टेनिसन म्हणजे मूर्तिमंत आशावाद, टेनिसन म्हणजे मूर्तिमंत जिद्दी, जुगारी. त्यात त्या वेळी लॉर्ड लिओनेल टेनिसन हा तेहतीस वर्षांचा भर ज्वानीतला तरुण होता. बेफिकीरीचं मूर्तिमंत प्रतीक. त्याच्या त्या तिरक्या ऐटबाज कौंटी कॅपमुळे तर त्याची बेफिकिरी लगेच जाणवत होती. त्याच्याकडून अपेक्षित असाच त्याने निर्णय घेतला. त्याने वॉरविकशायर संघाला फलंदाजी दिली आणि त्या वेळेपुरता का होईना तो लोकांच्या टिंगलीचा विषय झाला. पण त्याला कुठे त्याची पर्वा होती!

वॉरविकशायरचे फलंदाज सुरुवातीपासूनच कोसळू लागले आणि तीन बाद चव्वेचाळीस धावा अशी वॉरविकशायर संघाची दयनीय अवस्था झाली. नंतर तरुण खेळाडू सॅन्टाल आणि कर्णधार कॅलथॉर्प यांनी डाव सावरला. कॅलथॉर्पने षटकारांची बरसात करून खेळात चैतन्य आणलं आणि लॉर्ड टेनिसनची चेष्टा करणारे पुन्हा सरसावले. सॅन्टाल आणि कॅलथॉप जोडीने एकशेसाठ धावांची भागीदारी केली. पण वॉरविकशायर संघाची शान तेवढीच ठरली. शेवटी सर्व बाद दोनशेतीस धावा. धावसंख्या ठीक होती, एवढंच आणि हॅम्पशायर संघ फारच बलवान होता. आता हा संघ धावांचा केवढा मोठा

डोंगर रचतो, याचा अंदाज प्रेक्षक करू लागले.

हॅम्पशायर संघाची पहिली जोडी दुपारी चार वाजता खेळायला उतरली.

पण...

पण काय झालं कुणास ठाऊक. खरं म्हणजे फिलिप मीडसारखा प्रख्यात डावखोर फलंदाज या संघात होता. त्याने न्यूमोनिया झाला असताना २८५ धावा काढून यॉर्कशायरसारख्या बलवान संघाला चारी मुंड्या चीत करून एका डावानं पराभव करून हॅम्पशायर संघाची शान वाढवली होती.

पण...

पण काय आक्रीत घडलं कुणास ठावे!

अहो, मुंगीने गजराजाला हैराण करावं?

हॅम्पशायर संघ केवळ चाळीस मिनिटांत पंधरा धावांवर बाद झाला. त्यात मीड नाबाद सहा, शर्ले एक आणि टेनिसन एक चौकार, तोही नशिबाने दिलेला. बाकी चार धावा इतर. त्या मिळाल्या नसत्या, तर सर्व बाद अकरा असा जगातल्या प्रथमश्रेणी क्रिकेट क्षेत्रात नीचांक करण्याचा मानही हॅम्पशायरला मिळाला असता.

हॅम्पशयार संघ - हा पराक्रमी ढाण्या वाघ आणि एकदम इतका गोगलगाय का ठरला? का? कारण काय?

गोलंदाजी भेदक होती? छे!

मीड म्हणाला, ''न खेळता येईल असा एकही चेंडू एकाही गोलंदाजाने टाकला नव्हता.''

मीड अक्षरश: हे आक्रीत पाहून अवाक झाला होता.

खेळपट्टी वाईट झाली होती का? फलंदाजच भिकार खेळले का?

छे! यांपैकी काहीही नाही. मग? क्रिकेट या खेळाचा असाच हा लहरीपणा !

वॉरविकशायरच्या हॉवेल (सात धावांत सहा गडी बाद) आणि कॅलथॉर्प (चार धावांत चार गडी बाद) यांनी हॅम्पशायरच्या ढाण्या वाघाला एका गोळीत उताणा पाडला.

प्रेक्षक अवाक, खेळाडू अवाक, काळसुद्धा क्षणभर स्तब्ध झाला.

सर्वसाधारण सरासरीच्या नियमाप्रमाणे, हॅम्पशायर याही स्थितीत जिंकेल असं होणं शक्यच नव्हतं. पण...

लॉर्ड टेनिसन म्हणजे 'पोकळ घमेंडी' वाटेल इतका उद्धट म्हणा, बाणेदार म्हणा, असा एक आगळावेगळाच प्राणी होता. फॉलोऑनची नामुष्की तर अटळ होती आणि पराभवही निश्चित दिसत होता. तोही एका डावाने शक्य होता. तरीही टेनिसन आपल्या

संघातल्या सहकाऱ्यांना म्हणाला, ''मित्रहो! फॉलोऑन तर मिळाला. आता आपण पाचशेच्यावर धावा काढायच्या हं!''

तेवढ्यात वॉरविकशायरचा कर्णधार कॅलथॉर्प हॅम्पशायरच्या ड्रेसिंग रूममध्ये आला आणि सहज म्हणाला, ''टेनिसन महाराज! उद्या दुपारी तुमचा फॉलोऑनचा डाव संपून मॅचचा निकालही लागेल. तेव्हा तुमच्या संघातले हौशी गोल्फ खेळाडू आणि आमच्या संघातले हौशी गोल्फ खेळाडू यांचा गोल्फचा सामना आपण त्यानंतर उरल्या वेळात खेळू.''

टेनिसन हसतच म्हणाला, ''त्याची आवश्यकता नाही. आम्ही उद्या पूर्ण दिवस आणि परवा लंचपर्यंत फलंदाजी करून साधारण पाचशे धावा करूच. मग तुमच्या वॉरविकशायर संघाला खेळावं लागेलच. त्याला लवकर बाद करून हॅम्पशायर संघ सामना जिंकेल.''

कॅलथॉर्पला टेनिसनच्या बोलण्याचं हसू आलं.

तो म्हणाला, ''शक्यच नाही. मी दहा पौंडाची पैज लावायला तयार आहे.''

झालं! पैज तर ठरली. टेनिसन हरणार यात कुणालाही शंका नव्हती. फक्त त्याच्या संघातले खेळाडू गप्प होते.

टेनिसनच्या हॅम्पशायर संघाची फलंदाजी सुरू झाली. कॅलथॉर्पने आपला उत्तम गोलंदाज हॉवेल याला सुरुवातीला गोलंदाजी दिली नाही.

''हॅम्पशायर संघ लवकर बाद होऊन प्रेक्षकांवर अन्याय नको व्हायला.'' कॅलथॉर्प गंभीरपणे म्हणाला.

हॅम्पशायरचा डाव सुरू झाला. बरोबर पंधरा धावा झाल्या आणि कॅलथॉर्पने हॅम्पशायरचा केनेडी हा गडी बाद केला. एक बाद पंधरा. फारच सामान्य प्रारंभ. नंतर एक-एक जण येऊ लागला. थोड्या धावा व्हायच्या, तो बाद व्हायचा. बॉवेलसारखा फलंदाज अर्धशतकाच्या आत झेलबाद झाला. दिवसाच्या शेवटी टेनिसन आणि मीड नाबाद होते आणि धावसंख्या होती तीन बाद अठ्ठ्याण्णव म्हणजे टेनिसनच्या घमेंडीला न साजेशीच!

दुसऱ्या दिवशी निदान मीड तरी भरपूर धावा काढेल, असं वाटत होतं. त्याचा तो गंभीर डौल, मध्येच कौंटी कॅप नीट करणं, बॅटीने पीच हळूच टोकणं, पायानेही क्रीजजवळ धावपट्टी दडपणं आणि त्याच्या आदल्या वर्षी ऑस्ट्रेलियाविरुद्ध एकशेब्याऐंशी धावा काढलेल्या बॅटीचं प्रदर्शन करून, मधून-मधून ती परजणं असं त्याचं चालू होतं.

कॅलथॉर्पने जरा आक्रमक पावित्रा घेतला. क्वेफच्या लेगब्रेक बोलिंगने टेनिसनला सतावलं. टेनिसन बादच व्हायचा. दुसऱ्या बाजूने हॉवेलने गोलंदाजीची भेदकता प्रकट

केली. टेनिसनच्या बॅटीला लागून खाली पडलेला चेंडू घरंगळत तीन स्टंपांना जाऊन धडकला. पण बेल पडली नाही. कॅलथॉर्पने मुद्दाम खोचकपणे पुढे येऊन स्टंपांची पाहणी केली. खेळ पुढे सुरू झाला. अर्ध्या तासात एकोणतीस धावा निघाल्या आणि हॅम्पशायरला दुर्दैवाचा दणका बसला. मीडची दांडी उडाली. हॉवेलच्या एका उत्तम चेंडूचा बळी. त्यानंतर अर्ध्या तासाने कॅलथॉर्पने टेनिसनला झेलबाद केलं. पाच बाद एकशेबावन्न.

टेनिसन तंबूकडे परत निघाला आणि कॅलथॉर्पने मिस्कील हसत त्याच्याकडे पाहिलं. टेनिसनही मोकळं हसला. एका डावाने पराभव टाळायला अजून पन्नासच्या वर धावा हव्या होत्या. टेनिसनच्या धमेंडीतल्या पाचशे धावा म्हणजे डोळ्यांवर हात देऊन क्षितिजापर्यंत पाहूनही दिसू नयेत इतक्या दूर होत्या. याचाच अर्थ कॅलथॉर्पची दहा पौंडाची पैजही तो जिंकणार, यात संदेह नव्हता.

आता कॅलथॉर्पने आपल्या पहिल्या डावात पराक्रम गाजवणारा गोलंदाजांचा तोफखाना चालू केला म्हणजे तो स्वत: तर गोलंदाजी करत होताच आणि आता हॉवेलला क्रेफच्या जागी आणून त्याने मारा चालू केला. पण आता मात्र फलंदाजांवर या गोलंदाजीचा फारसा परिणाम होईनासा झाला, असं जाणवू लागलं. मीड आणि कॅप्टन टेनिसन यांना बाद करण्यातच त्यांच्या गोलंदाजीची भेदकता खर्ची पडून जवळजवळ दारूगोळा संपुष्टात आलेला दिसला.

आता द्रुतगती गोलंदाजांची हाडं खिळखिळी करणारा म्हणून ज्याची प्रसिद्धी होती, तो सैनिकी, धिप्पाड, दणकट वाटणाऱ्या देहाचा डावखुरा फलंदाज ब्राऊन खेळत होता. आता त्याचं काम म्हणजे आपली विकेट टिकवून जागेला चिकटून राहणं आणि न्यूमन नावाच्या फलंदाजाबरोबर त्याने ते काम केलं. तीस मिनिटांत त्यांनी फक्त कंटाळवाण्या, रे रे करत काढलेल्या एकवीस धावा धावसंख्येत मिळवल्या. पण तेवढ्या वेळात कॅलथॉर्प आणि हॉवेल या द्रुतगती गोलंदाजांच्या जागा आता मंदगती गोलंदाजांनी घेतल्या म्हणजे त्यांना घ्याव्याच लागल्या. न्यूमनला क्रेफने स्वत:च्या मंदगती गोलंदाजीवर झेल घेऊन बाद केलं. शर्ले आणि ब्राऊन लंचच्या वेळी नाबाद होते. धावसंख्या होती सहा बाद एकशेअठ्ठ्याऐंशी. हॅऽऽ! पाचशेची प्रौढी कुठे आणि एकशेअठ्ठ्याऐंशी कुठे?

लंचनंतर कॅलथॉर्प आणि हॉवेल यांनी पुन्हा मारा चालू केला. पण थोड्याच वेळात कॅलथॉर्पच्या जागी मंदगती क्रेफ आला. ब्राऊनने हॉवेलच्या एका चेंडूवर एक धाव काढून एका डावाचा पराभव तर टाळलाच, पण हॅम्पशायर संघातल्या उरलेल्या फलंदाजांच्या मनात नवचैतन्य निर्माण केलं. आत्मविश्वास दृढ केला.

दोन तासांच्या मंदगती फलंदाजीने ब्राऊन पन्नास धावा पूर्ण करू शकला. पण तो

येणाऱ्या फलंदाजाला धावसंख्या वाढवायला साहाय्य करत होता.

धावसंख्या अडीचशे झाली. शर्ले एकोणतीसवर पायचीत झाला. या जोडीने ८५ धावांची भर घातली. वॉरविकशायर संघाचा गोलंदाजीचा कट मोडला होता. क्षेत्ररक्षकांचा धीर सुटू लागला होता. नवा फलंदाज मॅक्इनटायर लवकर बाद झाला, पण आता बॅटीची चेंडूवर हुकमत चालू झाली होती. धावसंख्या झाली होती आठ बाद दोनशे चौऱ्याहत्तर.

ब्राऊन धीमेपणाने धावा गोळा करत होता. तो चोरटी एक-एक धाव सारखी काढत राही, त्यामुळे क्षेत्ररक्षकांना सारखं सावध राहून ती धाव वाचवण्यासाठी पळापळ करावी लागे. अर्थात ब्राऊन धोका न पत्करता अशा धावा काढत असे. पण क्षेत्ररक्षक घायकुतीला येत असत. तो प्रकार त्याने आत्ता सुरू केला. खरं म्हणजे ब्राऊन काही या हंगामात फार यशस्वी ठरला नव्हता; पण एक-एक धाव गोळा करत तो एक तासातच अर्धशतकापासून शतकापर्यंत पोहोचला. हॅम्पशायरच्या आता शंभर धावा जास्त झाल्या होत्या.

ब्राऊनचा जोडीदार वॉल्टर लिव्हसे हाही फारच धीमा खेळाडू होता. आदल्या वर्षी त्याने वूर्सेस्टरशायर विरुद्ध दहाव्या विकेटसाठी एकशे ब्याण्णव धावांची भागीदारी केली होती. आत्ताचा त्याचा खेळ प्रेक्षकांना त्या वेळची आठवण करून देत होता.

आता उरलेला दिवस ब्राऊन आणि लिव्हसे यांचाच होता. कॅलथॉर्प आणि हॉवेल या द्रुतगती गोलंदाजांचा दम तर उखडलाच होता. सात गोलंदाजांनी प्रयत्न करूनही ब्राऊन - लिव्हसे जोडी अभेद्य राहिली. धावफलक चारशे धावा दाखवत होता. ब्राऊनने आपला आवडता फटका - लेगच्या बाजूला चेंडू 'व्हिप' करायला, चाबूक मारल्यासारखा अमलात आणायला सुरुवात केली. मिनिटाला धाव अशा वेगाने धावा होऊ लागल्या. त्याने त्या हंगामातली त्याची सर्वोच्च धावसंख्या एकशेबहात्तर नोंदवली आणि एका दुय्यम गोलंदाजाच्या एका चेंडूने त्याची यष्टी उडाली. चार बाद एकशे सत्तावीस धावसंख्या असताना ब्राऊन खेळायला आला आणि नऊ बाद चारशे एक्कावन्न धावसंख्या धावफलकावर तो बाद झाल्यावर दिसत होती. नवव्या विकेटसाठी एकशे सत्याहत्तर धावांची भागीदारी झाली. शेवटचा गडी बॉईस खेळायला आला. उरलेल्या वीस मिनिटांत दहाव्या विकेटसाठी चोवीस धावांची भर पडली आणि दिवसाचा खेळ संपला. हॅम्पशायर संघाने धावफलकावर नऊ बाद चारशेपंचाहत्तर धावा लावल्या. टेनिसनची घमेंड वाढली. पण तो संघाबद्दलचा आत्मविश्वास होता, हे जवळजवळ सिद्धच झालं. कारण पाचशे धावसंख्या नजीक होती.

वॉरविकशायरच्या अपेक्षेविरुद्ध टेनिसनने केलं. दुसऱ्या दिवशी डाव घोषित केला नाही. शेवटची जोडी पुढे खेळू लागली आणि बारा वाजल्यानंतर बॉईसच्या एकोणतीस

धावा झाल्या. संघाच्या पाचशे एकवीस. दहाव्या विकेटसाठी भागीदारी झाली सत्याहत्तर धावा आणि मग बॉईस बाद झाला. हॉवेलला विकेट पडली. हॉवेलने पहिल्या डावात पाच षटकांत सात धावांमध्ये सहा गडी बाद केले आणि दुसऱ्या डावात त्रेपन्न षटकांत एकशे छपन्न धावांत तीन गडी बाद केले.

आता बाजी उलटली होती. वॉरविकशायरला सामना जिंकण्यासाठी तीनशे चौदा धावा करणं भाग होतं.

हॅम्पशायर संघाचा दम काय आहे, याची जाणीव येऊन वॉरविकशायर संघ आधीच हबकला होता. विजयाबद्दल निराश झाला होता. धावा काढायलाही वेळ अपुरा वाटत होता.

प्राध्यापक देवधरांच्या नेतृत्वाखालच्या एका रणजी सामन्यात नॉर्दन इंडियाच्या संघाविरुद्ध खेळताना असाच दम महाराष्ट्र संघाने दाखवला होता. पहिल्या दिवशी पाच बाद दोनशे शहात्तर, दुसऱ्या दिवशी सुरवातीलाच सहावा गडी बाद. पण नंतर देवधर-सरवटे भागीदारी आणि सातवा बाद चारशे तीसला, आठवा पाचशे शहात्तरला. देवधर-गोखले भागीदारी. मग देवधर-जाधव भागीदारी. नववा गडी बाद आणि दहावा बाद सातशे अठ्ठ्याण्णवला. विजय मर्चंट यांनी फार आदराने या आगळ्या दमाबद्दल लिहिलं होतं. प्रतिपक्ष धास्तावेल नाहीतर काय?

वॉरविकशायर संघाचा दुसरा डाव सुरू झाला. पहिला गडी बाद दोन धावा, दुसरा सत्त्याहत्तर, तिसरा पंच्याऐंशी, चौथा एकोणनव्वद आणि फलंदाजाभोवती क्षेत्ररक्षकांचं कडं उभं करून त्याला खचवण्याचं काम टेनिसनने चालवलं. परिणाम अपेक्षित. वॉरविकशायर संघ सर्व बाद एकशे अठ्ठावन्न आणि दमदार हॅम्पशायर संघाचा एकशे पंचावन्न धावांनी विजय. लॉर्ड टेनिसन शाब्बास. मूर्तिमंत आत्मविश्वास.

असा हा आत्मविश्वास आमच्या क्रिकेट खेळाडूंत निर्माण होईल का? निदान 'जय टेनिसन' असं म्हणून तरी होतो का पाहू.

६. असेही नवल वर्तते

बॅट-चेंडूची गाठच नाही

हो! हो! तरीही सामना झाला आणि तो एका संघाने प्रतिपक्षाचा पराभव करून जिंकला. एक धाव आणि दहा गडी राखून विजय मिळवला. एक धाव झाली. पण बॅट चेंडूची गाठच नाही पडली. चेंडूला हात लागला फक्त गोलंदाजाचा आणि यष्टिरक्षकाचा, बॅटचा स्पर्श नाही. जमिनीचा स्पर्श चेंडूला झाला, पण बॅटचा नाही. तरीही धाव झाली. पण तीही फलंदाजाने न काढता. असं? कमाल आहे, नवल आहे. झाला तरी कोणाता हा सामना? सांगतो आणि तेही सत्य सांगतो.

इंग्लंडमध्ये केंब्रिजला घडलेला हा सामना.

संघ कोणते, तर एक किंग्ज कॉलेज कॉयर स्कूलचा आणि दुसरा ट्रॉफी बॉईज एलेव्हन हा.

नाणेफेक झाली. ट्रॉफी बॉईज एलेव्हनच्या संघनायकाने नाणेफेक जिंकली. त्याने आधी फलंदाजी पत्करली आणि...

...आणि ट्रॉफी बॉईज एलेव्हनचा संघ शून्य धावांत बाद झाला. धावा म्हणायच्या, पण एकही धाव झाली नाही. विक्रमच म्हणायचा हा. कर्तृत्वहीनतेचाही विक्रम होता. उणे एक, उणे दोन अशा धावा होत नाहीत, ते शक्यच नाही म्हणून. नाहीतर तोही विक्रम झाला असता.

आता फलंदाजीला आला तो किंग्ज कॉलेज कॉयर स्कूलचा संघ. शून्य धावांचं आव्हान घेऊन.

ट्रॉफी बॉईज एलेव्हनच्या पहिल्या गोलंदाजाने पहिला चेंडू टाकला आणि पंच ओरडला, ''नो बॉल!'' झालं. सामना संपला.

फलंदाजाच्या बॅटीचा स्पर्शही चेंडूला झाला नाही. पण किंग्ज कॉयर स्कूल संघाला 'नो बॉल' ची एक धाव मिळाली; फुकटची, फलंदाजांनी न धावता. प्रतिस्पर्ध्याच्या चुकीमुळे. म्हणूनच...

... म्हणून किंग्ज कॉयर स्कूल संघाने एक धावेने आणि दहा गडी राखून, कारण गडी बाद झालाच नाही, पहिल्याच जोडीतलासुद्धा! विजय मिळवला, सामना जिंकला. सामना

निकाली झालाही. जरी बॅट चेंडूची गाठ नाही तरी!

क्रिकेटमधल्या कसोटी धावा – नीचांकाचा मान

हा मान मिळवला किवीज्नी. 'किवी' म्हणजे पंखहीन पक्षी. हा पक्षी मुख्यत: सापडतो न्यूझिलंडमध्ये. त्यामुळे सिंह जसा इंग्लंडचं, कांगारू जसं ऑस्ट्रेलियाचं, तसं किवी हे न्यूझिलंडचं स्मृतिचिन्हच मानतात. जणू इंग्लंडचं सिंहसाम्राज्य होतं म्हणून असेल कदाचित आणि कांगारू ऑस्ट्रेलियातच मुख्यत: मिळतात म्हणून, तसं किवी हे न्यूझिलंडचं. पंख नसलेला म्हणजे उडता न येणारा पक्षी, किवी. हे ज्याचं चिन्ह, तो देश क्रिकेटसारख्या राजेशाही, साम्राज्यशाही खेळात भरारी तरी किती उंच मारणार?

मार्च, १९५५ मध्ये ऑकलंड इथे इंग्लंडविरुद्धच्या कसोटी सामन्यात न्यूझिलंडच्या क्रिकेट संघाने केवळ सव्वीस धावा काढल्या, अकरा फलंदाज आणि इतर मिळून. त्यातल्या बर्ट सट्क्लिफ या त्यांच्या मातब्बर फलंदाजाने अकरा धावा काढल्याने रथबोनने सात, केव्हने पाच, प्रत्येकी शून्य धावांचा मान पाच फलंदाजांनी आणि मिस्टर इतर यांनी मिळवला. संघाच्या एकूण धावा पंचविशी ओलांडू शकल्या. काय, आहे की नाही करामत?

'कसोटी झाली म्हणून काय झालं? लवकरात लवकर बाद होऊन दाखवतोच. हो! हो! सगळा संघ!' असं आव्हान घेऊन न्यूझिलंड संघ जणू काही क्रीडांगणात उतरला. बेट्या सटक्लिफने घोटाळा केला. खुशाल दहाची सीमा ओलांडली. अकरा धावा काढल्यान म्हणजे काय? वाटलं होतं, 'मि. इतर घोटाळा करणार.' पण तो इमानी राहिला. मि. इतर, शून्य धावा. असं पाहिजे, नाहीतर रथबोन सात काय, केव्ह पाच काय. पूर कसा इमानी, नाव पूर पण धावा शून्य. नाइलाजाने एकूण धावसंख्या सव्वीस झाली. पण...

पण इंग्लंडच्या संघाजवळ खिलाडूपणाचा अभाव आहे, यात शंका नाही. इंग्लंड संघाने वेळ पाहून खेळायचं की नाही? पण उमेद नाही हो. खुशाल फलंदाजांनी न्यूझिलंड संघापेक्षा वीस धावा जास्त काढल्या आणि त्याही एका डावात. न्यूझिलंडच्या दोन्ही डावांतल्या धावांच्या बेरजेपेक्षा आणि एक डाव नि वीस धावांनी तो कसोटी सामना जिंकला. हा काय दिलदार खिलाडूपणा झाला? जाऊ द्या. खडू उगाळावा तितका पांढरा, हेच खरं!

७. टायबरचा सुपुत्र

इटली देशातली फार जुनी गोष्ट. तेव्हा रोमची गादी ज्या राजाकडे होती, तो अतिशय जुलमी होता. त्या काळी राजाची गादी परंपरेने चालू असायची, म्हणून बहुतेक राजे कमी-अधिक प्रमाणात स्वार्थी, चैनी, क्रूर नि उद्दाम असायचे.

आपल्या अत्यंत जुलमी राजाला रोमचे लोक कंटाळले. त्याच्या क्रूर शिक्षांना, अत्याचारांना पारच नव्हता कुठे. सर्व प्रजेने गुपचूप सल्लामसलत केली. क्रांती करायचं ठरवलं. जुलमी राजाला गादीवरून खाली खेचून राजेशाहीच नष्ट करायचं ठरवलं! लोकशाही राज्य, प्रजासत्ताक राज्य स्थापण्याचा निर्धार केला त्यांनी.

आता राजाकडेही हेर होतेच. त्यांनी लोकांचा निर्धार, त्यांची हालचाल राजाला कळवली. राजाने अतिशय गुप्तपणे शेजारच्या एका राजाशी संधान बांधलं. आपल्या बाजूने आपल्या लोकांशी लढायला त्याला आमंत्रण दिलं. इटलीतल्या इतरही राजांची मदत मिळवायला सांगितली.

गंमत अशी की, हा शेजारचा आमंत्रित राजा पक्का धूर्त नि वस्ताद होता. रोमचं राज्य म्हणजे अफाट श्रीमंत राज्य. शिवाय सुंदर इमारती, कलात्मक शिल्पं नि प्रेक्षणीय स्थळं वगैरे रोमचं वैभव तर वाखाणण्यासारखं. या आमंत्रित राजाने मनात ठरवलं की, रोमन राजाला मदतीचा हात द्यायचा. लोकांना हरवायचं. मग राजावरच हल्ला करून रोमचं राज्य बळकवायचं.

राजाने इतर काही राजांनाही मदतीला बोलावलं. सर्वच राजांना वाटत होतं की, रोमच्या प्रजेने लोकशाही राज्य स्थापन करणं हा पृथ्वीवरच्या सर्व राजांचा धडधडीत अपमान आहे. शिवाय रोमचं राज्यही बलाढ्य. तिथला राजा कधी काळी आपल्यावर चाल करून यायच्या आधीच त्याला आपल्या उपकाराच्या दडपणाखाली आणायची ही छान संधी आहे. विशेष म्हणजे या लढाईत त्याची ताकद खिळखिळी होणारच. आपल्या मदतीमुळे पुढली काही वर्षं तरी त्याची भीती बाळगायला नको.

पाच-सहा राजांनी मिळून बरंच सैन्य एकत्रित केलं. लढाईची जोरात तयारी सुरू झाली. तलवारी परजल्या जात होत्या. भाले तपासले जात होते. सैनिकांच्या कवायतींना वेग आला होता. सेनाधिकारी मोर्चाची ठिकाणं ठरवू लागले. सेनेची रचना कशी करायची,

या विचारात गढले.

या जोरदार लढाईची बातमी रोममधल्या घराघरांत कळली. अगदी वाऱ्यासारखी पसरली, पण उशिरा! परंतु रोमचे लोक कच्चे नव्हते. त्यांनी जुलमाविरुद्ध जोरदार क्रांती करायचा निर्धारच केला होता. प्रश्न हा होता की, रोमच्या प्रत्येक घरातला पुरुष जरी लढायला बाहेर पडला असता, तरी हे सगळे क्रांतिकारक शत्रूच्या एवढ्या मोठ्या सैन्याला तोंड देऊ शकले असते का? मुख्य म्हणजे या क्रांतिदलाशी घरचाच राजा लढायला उठलेला होता.

क्रांतिदलाच्या काही पुढाऱ्यांना एक युक्ती सुचली. रोम शहरालगत टायबर नदी आहे. तिचं पाणी नेहमीच खळाळणारं, फोफावत वाहणारं, अनेक भोवऱ्यांचं आहे. अशा पाण्यात साध्यासुध्या होड्या जाण्याची आशाच नको. टायबरचा वेग पट्टीच्या पोहणाऱ्यांनासुद्धा झेपत नसे. क्रांतिदलाचं सैन्य रोमच्या तीरावर नि शत्रूसैन्य नदीच्या पैल तीरावर. सैन्य अजून आलं नव्हतं. पण येण्याच्या बेतात होतं.

दोन्ही किनारे जोडायला टायबर नदीवर एक छोटा पूल होता. तोसुद्धा लाकडी नि अरुंद. जेमतेम तीन माणसं एका रांगेत जाऊ शकतील, एवढाच रुंद. कारण पुलाचं दुसरं टोक दोन सुळकेदार मोठाल्या खडकांच्या एका निरुंद खिंडीत बसवलं होतं.

शत्रूला हा पूल पार करूनच रोमला पोहोचता आलं असतं आणि तीन माणसांची किंवा तीन घोड्यांची रांग लावूनच सर्व सैन्य खिंडीतून पुलावरून पुढे जाऊ शकलं असतं. हे ओळखून क्रांतिकारकांनी पूलच तोडून टाकायचं ठरवलं. पण पूल तोडेपर्यंत शत्रूला दुसऱ्या टोकाशी रोखून कोण ठेवणार?

कारण एकदा का सैन्य पुलावर घुसलं असतं, तर त्याने पूल तोडू न देण्याची शिकस्त केली असती. क्रांतिकारकांना मागं हटवत पुलावरच लढाई सुरू केली असती.

पूल तोडेपर्यंत शत्रूला खिंडीशी रोखून धरायला एक वीर ताबडतोब पुढे निघाला. अंगाने धिप्पाड, उंचापुरा हा वीर आपल्या दोन शूर सोबत्यांना घेऊन सरसावला. वीराचं नाव होतं होरेशस. दोन्ही मित्रांना घेऊन होरेशस पुलाच्या दुसऱ्या टोकाला पोहोचलासुद्धा. अवघ्या तीन वीरांची एकच रांग टोकावर पहारा करू लागली.

शत्रूचं सैन्य लवकरच तिथे आलं. अवघ्या तिघांना पाहून टर उडवत हसत सुटलं.

ते म्हणाले, ''काय पण क्रांतिदल, तीन माणसांचं! अशीच पंधरा-वीस मूर्ख माणसं रोममध्ये असणार. फुकटच एवढं सैन्य जमवून एवढे मैल रखडत आलो. हे तीन मूर्ख समजतात कोण स्वत:ला? पहा तरी कसे ढाल-तलवार सरसावून मारे पवित्र्यात उभे आहेत! ठार वेडे की काय?''

होरेशस मित्रांसहित पूल रोखत होता. बाकीच्या क्रांतिकारकांतले अनेक लोक जीव पणाला लावून पूल तोडत होते. विजेच्या चपळाईने धडाधड घाव घालत होते. थोड्याच वेळात केवढातरी पूल तोडून झाला. मात्र पोटात चिंतेचा डोंब उठला होता. होरेशसचा संबंध तुटला होता. पुढे होरेशस, मध्ये मोडलेल्या पुलाखाली घोंगावती टायबर आणि मागे पूल तोडणारे आणि इतर क्रांतिकारक.

शेवटी शत्रू सैनिक होरेशसवर धावून आले; पण तिघेच. जास्तींना जागाच नव्हती. शत्रूचे सैनिक घोड्यावरून खाली उतरले. होरेशस आणि त्याच्या मित्रांवर धावले. पण होरेशसने आणि मित्रांनी त्यांच्यावर अशा शिताफीने तलवारीचे घाव घातले की, त्यांची मुंडकी धडावेगळी झाली. सैनिकांचा नायक चिडला. पुढे आला. होरेशसने वार चुकवला. मात्र त्याच्या पायावर तो घाव बसला. त्याच वेळी होरेशसने आपली तलवार त्या नायकाच्या गळ्यात भोसकली, थेट आरपार! नायक तत्क्षणी जमिनीवर कोसळला. ते पाहून सैनिक खवळले. पण खिंडीत जास्त माणसांना पुरेशी जागाच नव्हती.

ऐनवेळी क्रांतिकारकांनी आरोळ्या दिल्या.

''होरेशस! मागे फिर. पूल पडलाय. होरेशस.''

होरेशसचे सोबती तुटक्या पुलावर मागे फिरले. त्यांच्यासकट पुलाच्या उरल्यासुरल्या फळ्या टायबरच्या सुसाट पाण्यात कोसळल्या. क्रांतिकारकांनी जीव मुठीत धरून होरेशसकडे नजर लावली होती.

'काय होईल त्याचं? शत्रू चिंधड्या उडवतील? की पळून जाईल तो कुठे तरी? कुठे पण?'

होरेशस खूपच जखमी झाला होता. पायातून भळाभळा रक्त वाहत होते.

समोर उभ्या असलेल्या सैनिकांवर जोरात वार करण्याचा पवित्रा होरेशसने घेतला. आणि? सळकन वीज चमकावी अशा झपाट्यात तो एकदम मागे वळला! त्याने आपलं शरीर टायबरच्या उसळत्या पाण्यात झोकून दिलं!

उलट वार करायला उंचावलेले शत्रूचे हात तसेच हवेत राहिले! ते सैनिक अवाक होऊन पाहतच राहिले, होरेशसच्या दिशेकडे. पाण्यावर झपाट्याने हात मारण्याइतकी शक्ती होरेशसमध्ये नव्हती. पण बालपणापासून त्याला अंगाखांद्यावर खेळवलेली त्याची टायबर त्याला ओळखत होती. तोही आपल्या आवडत्या टायबरला ओळखत होता. हळूहळू पोहत तो किनाऱ्याकडे जायचा प्रयत्न करू लागला.

किनाऱ्यावरचे त्याचे जिवलग क्रांतिकारक श्वास रोखून त्याची हालचाल पाहत होते. क्षणात त्यातल्या अनेकांनी धडाधड पाण्यात उड्या टाकल्या. होरेशसला हलकंच किनाऱ्यावर आणलं. होरेशसच्या जयजयकाराचा कितीतरी वेळ एकच जल्लोष उसळला. सारा किनारा दणाणून गेला त्या आवाजाने.

पण इकडे शत्रूच्या एवढ्या मोठ्या सैन्याचं काय झालं? पूलच नाहीसा झाल्यावर पुढे काय? रणचंडीसारख्या थैमान घालणाऱ्या टायबरच्या अंगावरून पुढे जायची हिंमत कोणाची? तिच्या मोठमोठ्या भोवऱ्यांच्या घणघणत्या, उधळत्या, सैराट पाण्यात उतरायचं? होरेशससारखा सुपुत्रच आपल्या मातेच्या सवयी नि खाणाखुणा बरोबर ओळखू शकत होता.

शत्रूसैन्य गुपचूप निघून गेलं तिथून! इटलीत नि रोममध्ये अजूनही होरेशसचं नाव मोठ्या अभिमानाने घेतलं जातं.

ꣻꣻ

८. बटाटेवडे

दुपारची वेळ. तापलेलं ऊन आणि शनिवारचा दिवस. छोटा आशीष सकाळची शाळा असल्याने दुपारी घरात होता. आईला झोप येत नव्हती, पण पडावंसं वाटत होतं. तोच आशीषने पुन्हा विचारलं, ''आई गच्चीत सावली आहे गंऽ ! जाऊ मी पतंग उडवायला ?''

आई रागातच म्हणाली, ''उघड्या गच्चीत या वेळी सावली असते कधी ? माझं डोकं उठवू नकोस उगाच...''

आशीष तेवढ्यात म्हणाला, ''मग मला खायला तरी दे. भूक लागलीय. तू लाडू करणारेस नं ?''

आई म्हणाली, ''अरे, ते संध्याकाळी. घरातली बिस्किटं खा नं, मला पडू का देत नाहीस जरासं ?''

तेवढ्यात दारावरची घंटी वाजली.

आई म्हणाली, ''आशू, दार उघड. याची किटकिट आहेच, त्यात आणखी कोण आलंय ? दुपारच बरी सुचते सगळ्यांना.''

पण आशीष दारातूनच ओरडला, ''आई गंऽऽ! एक मुलगा आलाय. बटाटेवडे आहेत त्याच्याजवळ. घेतेस ? गरम-गरम आहेत अगदी.''

आई वैतागतच उठली. आणि म्हणाली, ''आशू, एक मिनिट स्वस्थ बसू देशील तर शपथ. वैर साधतोस जसं.''

दाराशी एक सुमारे बारा-तेरा वर्षांचा मुलगा उभा होता. हातात ॲल्युमिनियमचा स्वच्छ, कडीचा डबा होता. मुलगा दिसण्यात तेजस्वी, गोरा आणि खूपच स्वच्छ होता. अंगावरचे कपडे ठिकठिकाणी शिवलेले होते.

आशूच्या आईला पाहताच तो म्हणाला, ''गरम-गरम आहेत बटाटेवडे, अगदी आत्ता केलेले. स्वच्छ घरगुती आहेत. माझी आईच करते.''

आशीषची आई क्षणभर त्या मुलाकडे पाहत राहिली. मग तिने विचारलं, ''तू शाळेत नाही जात ? बटाटेवडेच विकतोस ?''

मुलगा अभिमानाने म्हणाला, ''जातो तर! शाळा सकाळी असते. सातवीत आहे मी. दुपारी बटाटेवडे, चकल्या, शंकरपाळे असे विकून पैसे मिळवतो मी नि माझा धाकटा भाऊ.''

आशीषने मध्येच विचारलं, ''कशाला रे पैसे मिळवता असे? दुपारी क्रिकेट, पतंग, विटीदांडू खेळत नाही?''

त्या मुलाच्या डोळ्यांत पाणी तरारलं!

तो म्हणाला, ''पलीकडच्या रस्त्याच्या टोकावरच्या चाळीच्या खोलीत आम्ही राहतो. माझे बाबा गेलं वर्षभर पक्षाघाताने आजारी आहेत. त्यांना बिछान्यातून उठता येत नाही की बोलता येत नाही म्हणून आई असे सगळे पदार्थ करून आम्हाला विकायला देते. ती लोणची, पापड, मुरांबेपण करते. शिवाय लोकांचं शिवणसुद्धा शिवून देते.''

आशीषची आई हे ऐकून गोंधळली. असं काही जगात असतं, हे तिने वाचलं होतं; पण स्वत: ऐकलं नि पाहिलं नव्हतं.

'तो मुलगापण आशीषएवढाच. मात्र दोघांच्या जीवनात केवढा फरक!'

तिने त्या मुलाला विचारलं, ''बाळ, नाव काय तुझं?''

तो म्हणाला, ''माझं नाव आनंद कुलकर्णी. भावाचं नाव उल्हास. तो पाचवीत आहे. आम्ही दोनच भावंडं.''

आशीषच्या आईने विचारलं, ''वडील काय करत होते रे तुझे?''

''आजारी पडायच्या आधी वडील एका खासगी ऑफिसात कारकून होते. आजाराने नोकरी गेली. फंड मिळाला थोडासा. पण तो हॉस्पिटलमध्येच संपला. डॉक्टर रोज नवी-नवी इंजक्शनं आणायला सांगत. बाबा जगले, हे नशीब आमचं.'' आनंदने डोळे पुसले.

आशीषची आई हे ऐकून गप्पच झाली एकदम. स्वत:चा आशीष नि बटाटेवडेवाला आनंद या दोघांतला फरक तिला बेचैन करत होता.

तिने जरा थांबून विचारलं, ''कोणत्या शाळेत जाता तुम्ही? शाळेत फी माफ असेल नं?''

आनंद म्हणाला, ''सरस्वती मंदिरात जातो आम्ही. सातवीपर्यंत सरकारी नादारी मिळत नाही, म्हणून आम्हाला फी भरावीच लागते. फीमाफी आठवीनंतर मिळते. शाळेत आई एकदा गेली होती, फीमाफीसाठी. पण शाळा काही करू शकणार नाही, असं हेडसरांनी सांगितलं.''

हे ऐकून आशीषच्या आईला मनस्वी वाईट वाटलं.

ती एवढंच म्हणाली, ''आता दोन डझन बटाटेवडे दे आणि दर तीन-चार दिवसांनी काहीतरी घेऊन येत जा. अगदी न चुकता.''

मध्ये रविवारचा दिवस गेला. सोमवारी सकाळी दहा वाजताच आशीषची आई सरस्वती मंदिरात गेली. मोटारवाल्यांचं आणि ठाकठीक पोशाखवाल्यांचं नेहमीच अगत्यपूर्वक स्वागत होतं बऱ्याच ठिकाणी. कमी पैसेवाला म्हणजे कमी प्रतिष्ठेवाला हेच समीकरण सर्वत्र आढळतं.

आशीषची आई मुख्याध्यापकांना म्हणाली, ''तुमच्या शाळेत पाचवी नि सातवीत उल्हास नि आनंद कुलकर्णी म्हणून मुलं आहेत नं?''

मुख्याध्यापक गोंधळून उत्तरले, ''हो, आहेत! काही त्रास दिला का त्यांनी तुम्हाला? तसं पाहिलं तर चांगली मुलं आहेत ती!''

आशीषची आई ठासून म्हणाली, ''म्हणूनच मी विचारायला आलेय की, अशा चांगल्या मुलांची ही दैना का? त्यांचा काय अपराध म्हणून ती आज निराधार झाली आहेत? दोघं अभ्यासात कशी आहेत?''

मुख्याध्यापक म्हणाले, ''चांगली आहेत. पहिल्या पाचात असतात.''

''आणि अशा मुलांना गरजू मुलांच्या मदत-निधीतून तुम्ही फीमाफी देऊ शकत नाही! केवढं दुर्दैव! शाळेने स्वत: होऊन हे करायला नको होतं? ती मुलं निष्ठेने इतकी वर्षं तुमच्या शाळेत आहेत. याचा त्यांना हा मोबदला!''

मुख्याध्यापक आपलं पेन टेबलावर फिरवत गप्प होते.

आशीषची आई पुढे म्हणाली, ''मुलं सकाळी शाळेत येतात. दुपारी आईने केलेले बटाटेवडे, चकल्या, शंकरपाळी विकून चार पैसे मिळवतात. आई अपंग नवऱ्याची शुश्रूषा, स्वयंपाकपाणी, लोकांचं शिवणटिपण, कोणाची लोणची, मुरांबे करून सारा दिवस खपते. मुलं रात्री अभ्यास करून आपला नंबर सांभाळतात. त्यांचं बालपण हरवलंय! पोरपण ओलांडून आताच ती प्रौढ बनलीत, तेरा नि नऊ वर्षांची असताना?''

मुख्याध्यापक मध्येच म्हणाले, ''हे पाहून दु:ख होतं हो, पण आपण काय करू शकतो त्यांच्यासाठी?''

आशीषची आई चिडून म्हणाली, ''खरंय! तुम्ही काय करू शकता? मी काय करू शकते? लोक काय करू शकतात? सगळे म्हणतात, सरकारच्या नियमात ते बसत नाही. हेडसर, तुमच्यावर ही पाळी आली असती तर?''

मुख्याध्यापक ओशाळून म्हणाले, ''माझं चुकलं खरं... मी यात नीट लक्ष घालायला हवं होतं. वर्गशिक्षकांनी नीट लक्ष घालायला हवं होतं. या एवढ्या निरलस, कष्टाळू, बुद्धिवान मुलांना शाळेने खूप मदत करायला हवी होती.''

आशीषची आई म्हणाली, ''आता तरी जागे व्हा. गरजू मुलांच्या मदत-निधीतून त्या मुलांची फी भरत चला. त्यांचे आजपर्यंत घेतलेले पैसे परत करा आणि हे घ्या माझे शंभर रुपये. त्यातून त्यांना गणवेश द्या.''

मुख्याध्यापकांनी हळूच विचारलं, ''तुमच्या ओळखीची आहेत का ती मुलं?''

आशीषची आई संतापली. म्हणाली, ''ओळखीची असती तर तुमच्या दाराशी आले असते, हे शंभर रुपये घेऊन? कसं विचारताय? अहो बटाटेवडे, चिवडा, चकल्या... विकत रस्तोरस्ती पायपीट करणारी कोवळी पोरं ती! माझे हे शंभर रुपये दरवर्षी या मुलांसाठी येत राहतील. 'एक अनामिक' म्हणून त्यांचा उपयोग, आनंद-उल्हाससाठीच झाला पाहिजे. तुमच्या शाळेच्या नावाने.''

४८४०

९. बबन

बबनचं गाव तसं लहानसं. जिल्ह्याच्या गावाच्या खूपच जवळ होतं, एवढंच. गावात पोलीसपाटील होता. एक छोटी शाळा होती. पण पहिलीनंतर बबन शाळेत गेलाच नाही. कारण तो दुसरीत गेला, तेव्हा त्याच्या गुरुजींची बदलीच झाली.

नवे 'मुर्कुटे' गुरुजी आले काही दिवसांनी. पण ते फारच रागीट, भलतेच कडक. एक दिवस बबन शाळेत गेला नव्हता. गावातल्या तळ्याकाठच्या आंब्याच्या कैऱ्या पाडण्यात तो गुंतला होता. हो! शेवटच्या उरल्यासुरल्या कैऱ्या. खरं म्हणजे तो कैऱ्यांसाठी आला नव्हता. आईला बरं नव्हतं म्हणून तळ्यावरच्या मंजीकाकूकडून काढा न्यायला तो आला होता. काकू काढा करते, तेवढ्यात कैऱ्या दिसल्या म्हणून पाडल्या काही.

कोणातरी द्वाड पोराने चोंबडेपणा केला होता. मुर्कुटे गुरुजींपाशी चुगली केली होती, 'गुर्जी! बबन कैऱ्या पाडत व्हता. म्हणून शाळंत आला नाय.''

दुसऱ्या दिवशी बबन शाळेत आला. त्याला काहीही न विचारता गुरुजींनी एक दिली कानशिलात! त्यांचा स्वत:चा हातही झणकला असेल त्यामुळे.

मानी बबनने चटकन दप्तर उचललं. असा धूम धावत सुटला तो घराकडे. सगळ्याच मुलांना हळूहळू गुरुजींच्या खरपूस माराचा प्रसाद मिळू लागला. ती हळूहळू शाळेत जायची बंद झाली. गुरुजींना 'मारकुटे गुर्जी' म्हणू लागली.

बबनला घरातही पुष्कळ काम असायचं. मुख्य काम असायचं रानात गुरं न्यायचं. तो नेमाने गुरं चरायला नेई, आपली आणि शेजाऱ्यांचीसुद्धा. एक दिवस बबन नेहमीसारखा गुरं चारत होता.

तितक्यात मागून दत्ताने हाक मारली, ''येऽ बबन्याऽऽ.''

बबन आश्चर्याने म्हणाला, ''काय रंऽ? शाळंत नाय ग्लेयास का?''

दत्ता जवळ येत म्हणाला, ''अरंऽ त्या मारकुट्या गुर्जींची बदलीच झाली बघ. त्या दिशी पोलीस पाटलाच्याच राजारामाला मारलं व्हतं नं! मग? उद्या जानार बी त्यो.''

बबनने विचारलं, ''पर तू कसा इथं?''

दत्ता म्हणाला, ''गुर्जी गेलंत जिल्ह्याला... मंग कश्याला शालंत बसायचं?''

यावर महिना उलटला. नवे गुरुजी आले होते. फार-फार चांगले होते म्हणे. पण

बबनने गुरुजींचा धसका घेतला तो घेतलाच. एक दिवस त्याच्या झोपडीच्या पलीकडच्या झोपडीतले पिल्याचे बाबा आजारी झाले. पुष्कळच ताप होता. पिल्याची आई त्यांना जिल्ह्याच्या सरकारी दवाखान्यात घेऊन गेली. तिथे पिल्याचे काका शिपाई होते. त्यामुळे घरची गुरं आज पिल्याने स्वत:च चरायला आणली होती.

एरवी पिल्या नेमाने शाळेत जाई. त्याला नवे गुरुजी तर फारच आवडायचे. त्याची गणितं बरोबर आली की, ते पाठ थोपटायचे, ''वा! हुशार आहेस.'' म्हणायचे. काही चुकलं तरी कधीच रागवायचे नाहीत. या गुरुजींचं अक्षर तर मोत्यासारखं सुंदर आणि हो! हे गुरुजी फळ्यावर खडूने छान-छान चित्रं काढायचे रोज!

त्या दिवशी बबन आणि पिल्या बरोबरच गुरं चारत होते. पुष्कळ दिवसांनी आज मनमुराद गप्पा मारत होते. इतक्यात दूर झाडीत मोटारीचा आवाज ऐकू आला.

पिल्या म्हणाला, ''मोटार! इथं कुटं रं आली? इथं रस्ता तरी हाय?''

लगेच दोघं आवाजाच्या रोखाने धावले.

पलीकडच्या दाट झाडीत एक छोटी मोटार उभी होती. पोलीस इन्स्पेक्टरसारखे कपडे केलेला एक माणूस मोटारीतून उतरला. खूप भीती वाटेल अशा एका राकट माणसाने

एका आठ-नऊ वर्षांच्या मुलाला मोटारीतून बाहेर काढलं. मुलगा रडत होता. त्या माणसाने त्याचा हात गच्च धरला होता.

पोलीस-इन्स्पेक्टरच्या कपड्यातल्या माणसाने दरडावलं, ''तोंड बंद कर... चूप! नाहीतर या माझ्या दंडुक्याने झोडपून काढीन.''

बिचारा मुलगा एकदम गप्प झाला.

पिल्याने बबनला हळूच विचारलं, ''काय रं?... कोन रं त्ये पोरगं?'' बबन उत्तर न देताच पिल्याचा हात धरून दोन पावलं पुढे गेला. परंतु इन्स्पेक्टरचा उग्र चेहरा, त्याचा दंडुका नि त्याच्याबरोबरचा तो भीतिदायक माणूस पाहून घाबरले दोघे. लगेच एका भल्या मोठ्या वडाच्या आड लपले.

इतक्यात इन्स्पेक्टर त्या माणसाला म्हणाला, ''मी येत नाही वर. तूच नीट ने याला. पुन्हा रडायओरडायला लागला तर दोन लगाव. अंबूला सांग, या तिन्ही पोरांवर नीट लक्ष ठेव. तिघांनाही घेऊन जायला आम्ही उद्या संध्याकाळी येतो. कळलं? हे पोरगं तर फार चलाख आहे म्हणावं... जा चटकन. मोटार जास्त वेळ उभी ठेवता यायची नाही.''

तो राकट माणूस त्या मुलाला फरफटतच टेकडावरच्या एका जुनाट घरात घेऊन गेला.

बबन पिल्याला ढोसत कुजबुजला, ''बाप रे! त्ये तर गनपतचं भुताचं घर न्हवं! तिथं कशाला चालवलंय पोरगं? अन् ह्यो इनिसपेक्टरच पाठवतोय! कोनतरी अंबू हाय त्या घरात!''

पिल्या म्हणाल्या, ''आरं, भुताला बळी द्यायला तर न्हवं? आपुन क्वोंबडं नायतर बोकड द्येतो तसं? आय सांगत व्हती, पोरबी बळी द्यायला पळवत्यात ती.''

बबन म्हणाला, ''पर पोलीस इन्स्पेक्टरच कसा पोरं पळवील?''

दोघांनाही फार मोठं कोडं पडलं.

थोड्याच वेळात तो राकट माणूस परत आला आणि म्हणाला, ''अंबू, अगदी नीट बघतेय पोरांना. तिला सांगितलं उद्या संध्याकाळी येऊन पोरं इथून नेऊ म्हणून.''

तो नि इन्स्पेक्टर चटकन मोटारीत बसले. मोटार झाडीतून दिसेनाशीही झाली.

बबन विचार करत म्हणाला, ''पिल्या, तिथं ती अंबूताई बी हाय. चल, बघूया कोन हाय ती?'' पिल्या नाखुषीने म्हणाला, ''छयाऽऽ भुताचं घर हाय नं त्ये, मला भ्या वाटतं.''

बबन त्याला समजावत म्हणाला, ''अरं, ह्ये पोरगं आता ग्येलं. आणखीबी दोन

हायेतच नि ती अंबू बी... भुतं त्येंना खातील? अन् भुतं रात्री येतात. आता दीस हाय. आपुन निस्तं घराजवळ जाऊन तर बघू.''

तरी अळंटळं करत पिल्या म्हणालाच, ''आंदी भाकर खाऊ... त्ये पोरगं तर लई रडत व्हतं... माज्यायवडं असंल नाहीतर जरा लहान असंल.''

बबनला तर भुताच्या घराकडे जायची इच्छा आवरत नव्हती. कारण हे काहीतरी वेगळंच प्रकरण आहे. अशी त्याची खात्री झाली होती. शिवाय ज्या अर्थी ही माणसं तिथे खुशाल जातात-येतात, अंबू रात्रभर तिथे राहणार आहे, त्या अर्थी तिथे भूत नसावंत, असं त्याच्या मनाने घेतलं. परंतु पिल्या तर भाकर खाल्ल्याशिवाय येणार नव्हता. दोघांनी भाकर खाल्ली. उन्हामुळे गुरंही सावलीला विसावा घेत बसली.

पिल्या नि बबन जवळच्या पायवाटेने धावले टेकाडावरच्या भुताच्या घराकडे. पुढून जाणं धोक्याचं वाटलं बबनला. घराच्या मागच्या किंवा बाजूच्या खिडकीतून चाहूल घेणं सोईचं होतं. बाजूच्या खिडकीशी फणसाचं एक भलंथोरलं झाड होतं. खिडकी उंचावर होती. आता फणसाचा मोसम नव्हता.

बबन नि पिल्या गुपचूप फणसावर चढले. खिडकीला टेकलेल्या फांदीवर आले. आत पाहिलं त्यांनी हळूच. एक मोठीशी खोली. तिथे एका सतरंजीवर एक तीन-साडेतीन वर्षांची मुलगी झोपली होती. बाजूला सहा-साडेसहा वर्षांचा एक मुलगा झोपला होता. त्याच्या शेजारी बिस्किटांचा पुडा पडला होता. नुकताच आणलेला तो आठ-नऊ वर्षांचा मुलगा एका कोपऱ्यात बसला होता.

बबनने खोलीत न्याहाळून पाहिलं. दाराशी एक बाई वाकली. तिने हातात पाणी भरलेलं टमरेल उचललं. ते घेऊन दाराला बाहेरून कडी घालून ती बाहेर गेली. बबनने त्या मुलाकडे पाहून हळूच शुकशुक केलं. त्या मुलाने वर पाहिलं. तो खिडकीशी आला.

बबनने हळूच विचारलं, ''ती बाई कुठाय?''

तो म्हणाला, ''ती परसाकडला गेलीय.''

त्याला हुंदका आला.

तो म्हणाला, ''मला त्यांनी धरून आणलं... पळवून आणलं रे.''

बबन म्हणाला, ''रडू नकोस. आम्ही आलो ते सांगू नकोस कुणालासुद्धा. त्या मुलांनासुद्धा. ती येईल. आम्ही जाऊन काहीतरी करतो. उद्या येऊ परत भेटायला. घाबरू नकोस.''

पिल्याने विचारलं, ''पोलीस इन्स्पेक्टरने पकडून आणलं नं तुला?''

मुलगा म्हणाला, ‘‘तो इन्स्पेक्टर नाहीये. तो त्या वाईट टोळीतला आहे. बाबांना पैसे मागायला गेलाय तो आज. मोटारीत तो जे बोलत होता नं, ते सगळं मी ऐकलं.’’

इतक्यात बबनने दार हललेलं पाहिलं. त्या मुलाला त्याने पटकन खूण केली. तो आपल्या कोपऱ्यात जाऊन बसला. बबन नि पिल्या सरसरत झाडावरून उतरले. धावतच पसार झाले.

गुरांकडे आल्यावर पिल्याने विचारलं, ‘‘आता काय करायचं बबन?’’

बबन विचार करत म्हणाला, ‘‘पिल्या, आता लगीच चल घरला. तुझं ह्ये गुर्जी लई चांगलं हायेत नं? चल लगीच त्यांच्याकडं. काय तरी कराया होवं. नायतर टोळीवालं ठार करतील त्यांना न्हवं?’’

बबन नि पिल्याने पटकन गुरं वळवली. घरी नेऊन गोठ्यात बांधली. दोघंही शाळेकडे धावले.

गुरुजी पिल्याला पाहून हसत म्हणाले, ‘‘ही शाळेची वेळ कारे पिल्या?’’

पिल्या धापा टाकत म्हणाला, ‘‘नाय गुरुजी, पर आंदी भाईर या. भयंकर हाय!’’

गुरुजी बाहेर आले. पिल्या नि बबनने हातवारे करत सर्व हकिगत सांगितली. चकित झालेल्या गुरुजींनी क्षणभर विचार केला.

मग वर्गात येऊन म्हणाले, ‘‘बरं का मुलांनो, आज तुम्हाला सुट्टी.’’

आपली सायकल घेऊन बबन नि पिल्याबरोबर ते तातडीने निघाले. पोलीसपाटलांकडे आले. बबन-पिल्याच्या मदतीने त्यांनी पोलीस पाटलाला सर्व माहिती दिली. दोघंही ताबडतोब सायकली घेऊन जिल्ह्याच्या पोलीस ठाण्यावर गेले.

दोघांनीही पोलीस ठाण्यावर गुपचूप सर्व बातमी दिली. पोलीसांची एक सशस्त्र तुकडी रात्री दोन वाजताच रानात येऊन थडकली. खऱ्या पोलीस इन्स्पेक्टरबरोबर काही पोलीस पायी, लपतछपत टेकडावरच्या घराशी आले. घरावर छापा घालून त्यांनी मुलांचा ताबा घेतला. अंबूला हातकड्या घातल्या. झडतीत त्यांना दोन पिस्तुलं, दोन बंदुका नि चार-पाच धारदार सुरे मिळाले.

पहाट व्हायच्या आतच एका बंद मोटारीतून मुलांना नि अंबूला कडक पहाऱ्यात जिल्ह्याच्या पोलीस ठाण्यावर नेलं. बाकीचे पोलीस संध्याकाळपर्यंत टोळीवाल्यांसाठी झाडीत लपून बसले. काही त्या घरात लपून राहिले. दुपारी चार वाजताच तो बनावट इन्स्पेक्टर नि त्याचा तो राकट साथीदार मोटारीतून उतरले. घरात शिरू लागताच पोलीसांनी गराडा घालून त्यांच्यावर पिस्तुलं रोखली. एवढी पिस्तुलं पाहून ते साफ

गोंधळले. पोलीसांनी त्यांना हातकड्या घातल्या. झाडीत लपलेल्या पोलीसांनी मोटार ताब्यात घेतली. ड्रायव्हर आणि त्याच्याबरोबरच्या माणसालाही हातकड्या घातल्या.

बबन नि पिल्याच्या जोडीने मुलं पळवणारी एक अतिशय वाईट टोळी अगदी सहज पकडून दिली होती. ते जर धैर्याने टेकडीवर गेले नसते तर? दोघांनाही छानपैकी सरकारी बक्षिसं मिळाली होती आणि तातडीने माहिती पुरवल्याबद्दल नव्या गुरुजींना शाबासकीचं प्रशस्तिपत्र मिळालं होतं.

बबन हळूहळू विचार करत होता, 'आपण पुन्हा जावं का शाळेत? या गुरुजींजवळ आपण पुष्कळ शिकू... मग कधीतरी आपणही पोलीस इन्स्पेक्टर होऊ शकू का?'

౭౦౭౦

१०. पळवलेला मुलगा

गाडी नाशिक स्टेशनात शिरली. ती थांबते तोच कांबेकर छोट्या गोविंदाला दटावतच म्हणाला, ''बरं का गोइंदा, नाशिक आलंय. गपचिप हाय तिथंच उभा ऱ्हा. हाललास तर बघ जागचा... फलाटावरनं काही खायला आनतो मी... आन् फुडल्या नलावरनं पानी पिऊन येतो... हा लगीच येतो येका मिनटात.''

कांबेकर गर्दी ढोसत गेला पुढे निघून.

गोविंदाचे डोळे पाण्याने डबडबले होते. तरीही दोघा-चौघांच्यामधून पुढे मान काढून त्याने खिडकीतून बाहेर डोकावलं. कांबेकर खाली उतरून झपझप दूर जात असलेला दिसला त्याला. गोविंदा पटकन मागे वळला.

डब्यातल्या गच्च गर्दीतून वाट काढत तो पुढे जातोयसं पाहून समोरचा माणूस म्हणाला,

''अरे कुठं जातोयस? त्यांनी इथंच उभं राहायला सांगितलं नं?

गोविंदा शांतपणे म्हणाला, '' जात नाही कुठं. संडासात जाऊन येतोय जरा.''

गर्दीतून पटदिशी वाट काढत गोविंदा गेलादेखील घाईघाईने.

आगगाडीच्या डब्याचे दरवाजे संडासाजवळच असतात. गोविंदा मोठ्या चपळपणे दारात आला. फलाटावर टुणकन उडी मारली त्याने आणि कांबेकरच्या उलट दिशेला धूम पळत सुटला! वाऱ्यासारखा! फलाटाच्या मागच्या टोकाकडे पुष्कळशी पार्सलं आणि परगावी पाठवायचा माल पडलेला असतो, हे गोविंदाला ठाऊक होतं. पिसाटासारखा धावत तो तिथे आला. गच्च भरलेल्या पन्नास-साठ पोत्यांचे दोन-तीन उंच ढिगारे होते तिथे. त्यांच्या आड तो लपला. एक-दोन पोती मोठ्या मुष्किलीने पुढे ओढली. आता तो एकाएकी कुणाला दिसला नसता. अंग चोरून, श्वास रोखून गाडी सुटण्याची वाट पाहू लागला तो.

गाडी सुटायच्या वेळेला कांबेकर हातात भज्यांची पुडी घेऊन डब्यात चढला. अमाप गर्दीतून रेटारेटी करत गोविंदा होता तिथे आला. पण गोविंदा होताच कुठे?

गोविंदाला हटकणारा माणूस म्हणाला, ''संडासात जातो म्हणाला, अजून नाही आला. येईल - गर्दी तरी किती!''

पण कांबेकर समजला. उलट पावली फलाटावर आला परत. कारण संडास तर दोन्ही उघडे होते. मागच्या नि पुढच्या डब्यात डोकावून खोट्या आशेने ''गोविंदाऽ.'' म्हणून तो हाका मारतो तोच गाडी सुटली! दातओठ खात कांबेकर पटदिशी चालत्या गाडीत मागच्या डब्यात शिरला.

अतिशय संतापून पुटपुटला, ''हातावर तुरी देऊन पळालास काय? याद राख, पुन्हा खेचून आणीन नि नरडंच घोटीन.''

कांबेकरने गोविंदाला त्याच्या घरून पळवून आणलं होतं. गोविंदा अवघा दहा वर्षांचा, शाळेत जाणारा एक तल्लख मुलगा. मनमाडला राहणारा. त्याची आई मनमाडच्या मंडईतून भाजी घेऊन ती दारोदार विकत असे. त्याच्या वडिलांचा खटारा होता. त्यातून व्यापाऱ्यांचा माल इकडून तिकडे पोहोचवायचा त्यांचा धंदा होता. गोविंदाची आई आठ-दहा दिवसांआड गोविंदाला घेऊन नाशिकलाही येऊन जाई. तिथून घाऊक दराने चांगल्यापैकी कांदे-बटाटे घेऊन जाई. त्यामुळे मनमाड-नाशिकच्या सगळ्या आगगाड्या गोविंदाच्या ओळखीच्या होत्या. दोन्ही स्टेशनं त्याला पूर्ण ठाऊक होती.

गोविंदा चौथी पास होऊन पाचवीत आला होता. आता उन्हाळ्याची सुट्टी असल्यामुळे तो घरातच असे. आईबाबांच्या गैरहजेरीत घरातलं जे जमेल ते काम करी. नंतर कधी एकटाच पाटीवर चित्रं काढत घराच्या ओट्यावर बसे. आईची वाट पाहत ओट्यावर थांबे.

कांबेकरचं रस्त्यावरून जाता-येता गोविंदाकडे लक्ष गेलं होतं. त्याने गोविंदाशी ओळख करून घेतली होती. गावात आपली पानाची गादी असल्याचं तो सांगे. दोन-चारदा तर त्याने गोविंदाच्या बाबांसाठी विड्यांची उंची पानं, तंबाखू-चुनाही आणला होता. या आपुलकीमुळे गोविंदाचे बाबा गोविंदासमोरच एक-दोनदा कांबेकरला म्हणालेदेखील होते, 'मी जातो खटारा घेऊन, ही जाती भाजीच्या मागं. आता सुट्टी न्हवं, पोरगं एकटंच असतं... जाता-येता लक्ष असू देत जा...'

पण गोविंदाला कांबेकरबद्दल आपलेपणा वाटत नव्हता. कांबेकर त्याच्याकडे तऱ्हेतऱ्हेच्या चौकशाच करत राही, तऱ्हेतऱ्हेच्या प्रश्नांनी त्याला वैताग आणी. त्यांची दोस्ती होऊच शकेना.

त्या दिवशी गोविंदाची आई रोजच्याप्रमाणे पहाटेच मंडईला गेली होती. बाबा खटारा घेऊन गावात गेले होते. कांबेकरने गोविंदाला हाका मारल्या.

तो बाहेर येताच घाबऱ्याघुबऱ्या म्हणाला, ''अरे, गावातला माल घेऊन बाबा

ठेसनात चालले होते. वाटेत बैल बुजून खटारा मोठ्या-थोरल्या खड्ड्यात कोसळला. बाबांना लागलंय. चल आधी माझ्या सायकलीवर.''

गोविंदा गडबडून म्हणाला, ''पण आई कुठंय? तिला घ्यायला पायजे नं बरोबर.''

कांबेकर म्हणाला, ''अरे, आई बी कवाच गेलीय तिथं... तिनंच तर मला पाठवलं... मी ठेसनावरनं गावात येत होतो न्हाई...''

गोविंदा कांबेकरबरोबर त्याच्या सायकलवर बसला.

डोक्यात काहूर होतं, 'कुठं पडले असतील बाबा, किती लागलं असेल! आईला कसं कळलं... ती कशी गेली तिकडे...'

त्याने कांबेकरला पुष्कळ प्रश्न विचारले. पण दर वेळी तो म्हणे, ''अरे, आता तुला दिसलंच काय ते.''

सायकल स्टेशनाशी थांबली. कांबेकर नि गोविंदा उतरले.

कांबेकर म्हणाला, ''थांब इथंच मिनिटभर. तुझे बाबा कुठाहेत ते पाहून येतो.''

तो झटक्यात तिथून जो गेला, तो तिकिटाच्या खिडकीशी. गोविंदाला कळेचना की, बाबा कुठे आहेत ते पाहून येतो, असं कांबेकर का म्हणाला ते.

'म्हणजे बाबांना इस्पितळात नेलं की काय!'

एवढ्यात दीड तिकीट घेऊन कांबेकर परत आला.

गोविंदाने विचारलं, ''कुठं हैत बाबा-आई! ठेसनात कशाला आनलं त्यांना?''

कांबेकरने उत्तर दिलं, ''अरे, तेच सांगायला आलो. बाबा बेशुद्ध हायेत म्हणून आईने त्यांना मुंबईला नेलंय... आताच मेल गेली ती...''

गोविंदाने आश्चर्याने विचारलं, ''मुंबईला?''

कांबेकर म्हणाला, ''मुकाट्याने चल आता मुंबईला... येईल त्या गाडीने...''

पण कांबेकरचं बोलणं गोविंदाला खरं वाटेना.

त्याच्या तल्लख डोक्यात पटकन विचार आला, 'आईने जर मला स्टेशनवर बोलावलं... तर आई, मी येईतो थांबली कशी नाही? अन् बाबा जर बेशुद्ध आहेत, तर ताबडतोब उपाय करायला गावातल्या इस्पितळातच त्यांना न्यायला हवं होतं. एवढ्या लांब मुंबईला नेताना बाबांना इलाज, औषधपाणी कुठून मिळणार? अन् मामा, मावशी... काकांना काहीच न कळवता आई एकटीच बाबांना घेऊन गेली? छे छे! हे मुळीच खरं नाही.''

तेवढ्यात दुसरी गाडी आली. कांबेकरने फरफटतच गोविंदाला एका डब्यात कोंबलं.

मागोमाग तो स्वत: चढला. मे महिना असल्यामुळे गाडीला भयानक गर्दी होती.

गोविंदाच्या मनात पटकन विचार आला, 'अशा गर्दीत जखमी, बेशुद्ध बाबांना डब्यात घालता तरी कसं आलं? छे, छे साफ खोटं!'

आईबरोबर नाशिकला अनेकदा आला होता तो. गाड्यांची गर्दी त्याला ठाऊक होती. कित्येकदा बाबांच्या बरोबर खटाऱ्यातून जाताना लोक काय बोलतात, कसे वागतात, हेही त्याने पाहिलं होतं. काही माणसांच्या लबाड्याही ऐकल्या होत्या.

डब्यात शिरताच, पुढे रेटारेटी करत कांबेकरने स्वत:ला नि गोविंदाला उभं राहण्यापुरती जागा करून घेतली होती. मग दरडावतच पण हळू आवाजात तो गोविंदाला म्हणाला होता, 'हे बघ... मुंबईला जाईपर्यंत उगाच वटवट करू नको. आई, बाबा मुंबईला भेटतीलच...'

गोंधळलेल्या, बावरलेल्या गोविंदाने पटकन विचारलं, ''पण बाबांना इथल्या इस्पितळात?''

कांबेकर खेकसलाच, ''थोबाड बंद कर म्हणतोय नं? का द्येवू रंगवून?''

नाशिक येईतो गोविंदाच्या चिमुकल्या डोक्यात विचार आला, 'कसंतरी करून मनमाडला परत जावं... मामा-मावशीला, काकांना कुणालाच कसं ठाऊक नाही! त्यांनाच

घेऊन मुंबईला जायला हवं... हा कांबेकर नकोच.''

गोविंदा डब्यातून पळाल्यावर, कांबेकर मागच्या डब्यातून एकटाच मुंबईला जात होता. त्याच्या मनात हेही येत होतं की, येईल गोविंदा पुढच्या डब्यातच असेल. संडासातून आल्यावर, आपल्यालाच दिसला नसेल! या वयात एवढा चकवील तो? पुढच्या स्टेशनावर पुन्हा पाहिलं पाहिजे एकदा...!

इकडे, नाशिकहून गाडी सुटताच गोविंदा पोत्यांच्या ढिगातून बाहेर आला. पळतच पुलावरून स्टेशनातल्या पलीकडच्या फलाटाला गेला. नेहमीच्या जाण्यायेण्यामुळे मुख्य दरवाजावरचा एक टी. सी. (तिकिट तपासनीस) त्याच्या आईच्या ओळखीचा झाला होता. आजही मुख्य दरवाजावर नेमका तोच होता. मुंबईहून मनमाडकडे जाणारी गाडी यायला अवकाश होता. टी.सी.ला पाहताच गोविंदाचा आतापर्यंतचा धीर गळाला. रडूच कोसळलं एकदम. टी.सी.ने गोविंदाला लगेच ओळखलं.

कांबेकरने आपल्याला कसं आणलं, ते गोविंदाने सांगताच टी.सी. चकित झाला. स्टेशनमास्तरला घेऊन गोविंदाबरोबर तो लगबगीने मुंबईकडे जाणाऱ्या गाडीच्या फलाटाला आला. गोविंदाचा डबा साधारण कुठे उभा होता, ते स्टेशन मास्तरने विचारलं. डब्याच्या आणि कांबेकराच्या कपड्यांच्या, उंचीच्या, रंगाच्या, केसांच्या नि चेहरेपट्टीच्या खाणाखुणा सांगताच स्टेशनमास्तर आपल्या ऑफिसकडे धावलाच जवळजवळ. त्याने वायरलेसने ताबडतोब पुढच्या स्टेशनांना सारी हकिकत कळवली. डब्याचा बोगी नंबर काय असू शकेल, ते कळवलं. कांबेकर गोविंदाला मुंबईला पळवून नेत होता, हे स्पष्टच झालं होतं.

मग मुंबईहून मनमाडकडे जाणारी गाडी स्टेशनात येताच, स्टेशनमास्तरने एका रेल्वे पोलीसाबरोबर गोविंदाला घरी पाठवलं. त्याआधी त्याला खायला घालून खूप धीरही दिला होता. त्याच्या हुशारीची तर स्टेशनातले सगळेच अधिकारी तारीफ करत होते. एवढ्या गोंधळात दुपार टळून गेली होती.

मनमाडला पोहोचून गोविंदा घरी येताच त्याचे बाबा ओट्यावरूनच ओरडले, ''अरं गोइंद्या, व्हतास तरी कुठं? तोंडचं पानी पळवलंस न्हवं?''

ते ऐकताच गोविंदाची आई धावतच आली. त्याला पोटाशी गच्च धरून किती रडली ती! गोविंदा सापडेनासा झाला, हे कळताच त्याचे मामा-मावशी, काका, शेजारी, सगळेच जमले होते तिथे. रेल्वे पोलीसाने नि गोविंदाने सगळी कथा सांगताच आश्चर्याने थक्कच झाले सगळे.

पण इकडे कांबेकरचं काय झालं स्टेशनमास्तरच्या वायरलेसमुळे?

सापडला का तो? अगदी पुढच्याच स्टेशनवर रेल्वे पोलीस नि गुप्त पोलीस गोविंदाने सांगितलेल्या आणि त्याच्या आजूबाजूच्या डब्यात शिरले. कांबेकरच्या कपड्यांच्या, रंगाच्या आणि चेहऱ्याच्या वर्णनावरून त्यांनी चालत्या गाडीत अगदी अचूक पकडलं त्याला. त्याच्या खिशात त्याचं स्वत:चं सबंध आणि गोविंदाचं अर्धं तिकीट अजून तसंच होतं!

पोलीसांनी त्याला खडसावून विचारलं, ''हे अर्धं तिकीट कुणाचं?

त्याने तत पप करताच त्यांनी त्याच्या हातात हातकड्या अडकवल्या.

११. दत्तारामची नोकरी

कोकणातल्या एका खेड्यातला एक मुलगा मुंबईला यायला निघाला. सोबत मुंबईला एका गिरणीत काम करणारे दोन गाववाले. त्या मुलाला वडील नव्हते. आईने आपली थोडी थोडकीशीच शेती सांभाळून आपल्या मुलाला सांभाळलं होतं. इयत्ता पाचवीपर्यंत शिकवलं होतं. अतिशय महागाईमुळे आता मात्र तिला ते जमेना. शिवाय तिची प्रकृतीही ढासळली होती.

मुंबईत घर-नोकरी करायची, तर त्या मुलाला मुंबई पद्धतीचं घरकाम येत नव्हतं. प्रथमच तो मुंबईत आला होता. वय अवघं अकरा वर्षांचं म्हणून कारखान्यात काम मिळणार नव्हतं. एक दिवस तो मुलगा गाववाल्यांच्या सांगण्यावरून एका हॉटेलाशी आला. रस्त्यावरचं कामगारवस्तीतलं साधं हॉटेल. कपबशा धुवायचं काम मिळेल का, म्हणून त्याने गल्ल्यावरच्या माणसाला विचारलं. तो नाही म्हणाला. पण तेवढ्यात पाठीमागून कोणीतरी त्याच्या खांद्यावर हात ठेवला.

प्रेमळपणे विचारलं, ''नोकरी हवी तुला? नाव काय तुझं?''

''दत्ताराम माझं नाव. नोकरी पायज्येल हो मला!'' तो मुलगा काकुळतीने म्हणाला. त्या माणसाचा हात दत्तारामच्या खांद्यावर तसाच होता. दत्तारामला हॉटेलपासून जरा पुढे नेत तो म्हणाला, ''मला दादू म्हणतात. गावाहून नवा आलास? हॉटेलात जास्त पैसे मिळणार नाहीत. मी देतो तुला नोकरी.''

चालून आलेली नोकरी पाहून दत्तारामला आनंद झाला. दादू दत्तारामला त्याच हॉटेलात पुन्हा घेऊन आला. त्याला पोटभर मिसळपाव खाऊ घातली. स्वत: खाल्ली. वर चहा घेतला दोघांनी. मग दादू दत्तारामला घेऊन जवळच्याच आपल्या झोपडपट्टीत आला.

आपल्या खोलीतल्या एका खोक्यावर बसत दादू म्हणाला, ''हे बघ पोरा, मी जे शिकवीन त्यात लई तरबेज व्हायचं! काय? चिकार मोठा पगार मिळंल. सुरुवातीला मात्र साठ रुपये पगार नि पोटभर जेवन, चा-पानी समदं मिळंल. काय? आमचा सामान पोहोचवायचा धंदा हाय. सरकारला हा धंदा पसंत नाय. नाय तर नाय. त्याची नको तुला काळजी. आम्ही लई सांभाळून गपचीप धंदा करतो. पोलीसनी पकडाय नको म्हणून.''

दत्तारामने मध्येच विचारलं, ''मी काय करायचं? मला पोलीस पकडील?''

दादू म्हणाला, ''कशाला पकडील? माझ्या पोरांना नाय पकडनार. तुझ्यासारखी आमची दुसरी पोरं हायेत ना. लई तयार बग. तुला आधी मी शिकवंन कसं काम करायचं ते. मी देईन ते सामान सांगीन तिथल्या माणसाला नेऊन द्यायचं. बस! तुझ्या पिशवीत काय ते तुला कोनबी इचारनार नाय.''

दत्तारामने कुतूहलाने विचारलं, ''कसलं सामान असतं पिशवीत? केवढी मोठी पिशवी असते?''

दादू म्हणाला, ''तुला काय करायचं त्याच्याशी? जे काय असंल ते नेमक्या मानसाला दिलं का संपलं, काय जिन्नस हाय ते तू उघडूनबी पाहायचं नाय. सामान उस्कटेल! काय? मग घेनारा घेनार नाय.''

दत्तारामला नोकरी तर हवीच होती. गेले पंधरा दिवस पायपीट करूनही ती मिळाली नव्हती. अकरा वर्षांच्या दत्तारामला सरकारला धंदा पसंत नाय, म्हणजे काय ते कळलं नाही. तो मुंबईत रडकुंडीला आला होता. काय काम आहे ते करून तर पाहू, म्हणत निरुपायाने त्याने नोकरी पत्करली.

दत्ताराम दिसायला फार गोड होता. गोरा नि तरतरीत होता. चांगले कपडे केले, तर एखाद्या सधन कुटुंबातला वाटेल असा होता. त्यामुळे दादूला त्याचा फार उपयोग होता. दादूच्या हाताखाली बारा ते पंधराच्या वयातल्या दहा-बारा मुलांचा एक कंपूच होता. ती मुलं दादूच्या कामात एकदम तयार झाली होती. दादू दत्तारामकडे विशेष लक्ष देऊ लागला. कारण तो दिसायला चांगला होता. इतर मुलांपेक्षा जास्त शिकलेला होता, हुशार होता.

दादूच्या कंपूतली ती मुलं, शाळकरी मुलांचा झक्क इस्त्रीचा गणवेश घालून शाळेला निघाल्यासारखी निघायची. पायात पॉलिश केलेले बूट, गळ्यात लाल, पिवळा, निळा टाय, पाठीवर शाळेचं धप्प जाडजूड दप्तर असा त्यांचा वेश. पण त्या दप्तरात वह्या-पुस्तकांच्या भाऱ्यात, रद्दी कागदात गुंडाळलेलं, व्यवस्थित बांधलेलं छोटं पुडकं असे. कधी चपट्या खाण्याच्या डब्यात असं पुडकं असे.

शाळेत जाणाऱ्या मुलांप्रमाणे ही मुलंही, काही आगगाडीने तर काही बसने दोन-चारच्या घोळक्यात जात. पण कुठल्याही शाळेत न जाता आपापल्या ठरलेल्या ठिकाणी उतरून नंतर एकेकट्याने पुढे जात. जरा अंतर पुढे चालत जाऊन ठराविक इमारतीच्या विशिष्ट फ्लॅटमध्ये जाऊन तिथल्या माणसांना आपल्या दप्तरातलं पुडकं देत. लगेच उलटपावली दादूच्या झोपडीवर परत येत.

दत्तारामला नोकरीत थोडेच दिवस झाले होते तसे. तो हुशार असल्यामुळे आपलं काम फार सफाईने नि सावधगिरीने करायचा. पण चोरटेपणा करतो आहोत, असंच त्याच्या

मनाला टोचत राही. त्याला शाळा आवडत होती. शिकायला आवडत होतं. केवळ अशक्य म्हणून त्याने शाळा सोडली होती. इथे शाळेच्या निमित्ताने निघायचं आणि शाळेत न जाता दुसरीच कामं लपत-छपत करायची, हे त्याला आवडेना. सरळ एखादी नोकरी धरून छान काम करायचं, या हेतूने तो मुंबईला आला होता.

एक दिवस आपल्या तीन-चार साथीदारांसह दत्ताराम बसच्या थांब्यावर आला. बस लवकर आलीच नाही. एक आली, पण इतकी भरून की, थांब्यावर थांबलीच नाही.

दत्ताराम वैतागून म्हणाला, ''केवढा उशीर बसला? अशाने कसा वेळेवर पोहचणार?''

त्याच्या साथीदार मुलांतला एक भान न राहून दत्तारामची चेष्टा करत हळूच म्हणाला, ''काय पण शाळेची ऐटी मारतोय! दादूकडे काल नाही आला, तर एवढा रुबाब.... जसा खरंच शाळेला चाललाय.''

या मुलाला दत्तारामचा अतिशय मत्सर वाटायचा. तो जिथे संधी मिळेल, तिथे त्याचा पाणउतारा करी.

पण लगेच त्याच्या बोलण्यावर दुसरा हळूच म्हणाला, ''तसं नाय. दादूचा माणूस वाट बघंल नं तिथं टायमावर... अन् निघून गेला मग?''

त्यांच्याच मागे बससाठी एक मुलगी उभी होती. शाळेलाच निघाली होती. तिला त्या मुलांच्या बोलण्याचं आश्चर्य वाटलं.

तिच्या मनात प्रश्न आले, 'दादू कोण? हा मुलगा शाळेला नाही तर निघाला कुठं? दादूचा माणूस कोण? दादू हे का चांगलं नाव? ती मुलं चेष्टाच करायची होती तर हळू आवाजात का बोलली?'

मागे एकदा या मुलीच्या शाळेतली दोन मुलं चोरून, दप्तरातून दारूच्या बाटल्या नेताना पकडली होती.

तिला पटकन वाटलं, 'तसलं तर काही नसेल या मुलांच्या दप्तरात?'

संध्याकाळी घरी गेल्यावर त्या मुलीने आपल्या वडिलांना सगळं सांगितलं. त्यांनी आपल्या पोलीस इन्स्पेक्टर मित्राला फोन केला. त्यांनी काहीतरी ठरवलं. दुसऱ्या दिवशी रोजच्याप्रमाणे ती मुलगी, दत्ताराम आणि त्याचे साथीदार बसच्या थांब्यावर आले, आधी फोनवर ठरल्याप्रमाणे, तितक्यात आपले तीन साहाय्यक घेऊन, दाढी-मिशावाल्या सुटबुटातल्या रुबाबदार शिखाच्या पोशाखात इन्स्पेक्टर तिथे आला. त्या मुलीने हलकेच खुणेने इन्स्पेक्टरला मुलं दाखवली.

बस आली. ती मुलगी, दत्ताराम आणि त्याचे तीन साथीदार आणि शीख इन्स्पेक्टर

दाटीवाटीने बसमध्ये शिरले. बस बरेच अंतर गेल्यावर दत्तारामचे सोबती मधल्या आपापल्या थांब्यावर उतरले. दत्ताराम एकटाच उरला. इन्स्पेक्टरचे साहाय्यक दत्तारामच्या एकेका साथीदारामागोमाग उतरलेच होते. काही वेळाने दत्तारामही बसमधून उतरला. शीखही पटकन उतरला, त्याच्या नकळत. समोरच्याच एका मोठ्या गल्लीत थोडं अंतर चालल्यावर एक मोठी वसाहत लागली. दत्ताराम तिथे शिरला. तिथल्या एका इमारतीत दुसऱ्या मजल्यावरच्या एका फ्लॅटकडे गेला. इन्स्पेक्टर मागेच होता. त्याने तिसऱ्या मजल्यावर जाऊन जिन्याजवळून पाळत ठेवली. दत्तारामने घंटी वाजवताच फ्लॅटचं दार उघडलं. तो आत जाऊन पाचच मिनिटांत बाहेर आला. भरभर जिना उतरून आल्या वाटेकडे वळला. इन्स्पेक्टरही साळसूदपणे मागे होता. आता त्याने आपला शिखाचा फेटा, दाढी-मिशा, कोट हातातल्या पिशवीत भरलं होतं. आपल्याला कोणी पाहत तर नाही, म्हणून दत्तारामने एक-दोनदा मागे वळून पाहिलं. इन्स्पेक्टरला त्याने ओळखलं नाही. बस थांब्यावर बसही मिळाली. दत्ताराम चढला. घंटा वाजल्यावर धावत्या बसमध्ये चढून इस्पेक्टरने मागचीच एक सीट पकडली. दादूच्या झोपडपट्टीचा थांबा येताच दत्ताराम उतरला. इन्स्पेक्टर पाळतीवर होताच, अगदी शेवटपर्यंत. इन्स्पेक्टरच्या साहाय्यकांनी इतर मुलांची ठिकाणंही पाहिली होती.

दुसऱ्याच दिवशी इन्स्पेक्टरने आपलं जाळं पसरलं; दादूच्या बसथांब्यावर, वर सामान पोहोचवण्याच्या फ्लॅटवर. दत्ताराम आणि त्याचे मित्र बसमध्ये शिरले. इन्स्पेक्टरही एका मोटार गॅरेजमधल्या काळे डाग आणि तेलाचे धब्बे असलेल्या कपड्यातला मेकॅनिक बनून बसमध्ये दत्तारामच्या शेजारी बसला.

त्याने दत्तारामला प्रेमळपणे विचारलं, ''कुठल्या शाळेत जातोस? कुठे राहतोस?''

दत्तारामने शाळेचं नाव खोटंच सांगितलं. गोडगोड गप्पा मारताना तो गावाहून नोकरीसाठी आला, दादूकडे नोकरी करून सामान पोहोचवतो, चांगली नोकरी मिळाली तर शाळेत जायचं आहे वगैरे माहिती इन्स्पेक्टरने दत्तारामकडून मिळवली. इतक्यात दत्तारामच्या कडेला पोलीसांची बंद जीप तयार होती.

पुढच्या थांब्यावर दत्ताराम उतरला. झपाझप ठरलेल्या त्याच्या फ्लॅटमध्ये शिरला. तोच मेकॅनिकने फ्लॅटची बेल वाजवली. ऐटबाज कपड्यातल्या एका माणसाने दार अर्धवट उघडलं. गुरकावत तो म्हणाला, ''कोण पाहिजे?''

मेकॅनिक म्हणाला, ''नाय आमच्या दादूचा पोऱ्या आलाय की नाय अजून? ते पाहायला दादूनं पाठवलंय.'' हे वाक्य संपताच इन्स्पेक्टरच्या सर्व पोलीसांनी धडाक्यात त्या माणसासहित अर्धवट उघडलेलं दार आत ढकलून छापा टाकला! दत्ताराम मेकॅनिकला

पाहून गांगरून गेला! समोरच दत्तारामने ठेवलेला डबा (लंच बॉक्स) होता. इन्स्पेक्टरने तो उघडला. आतल्या पुडक्यात गांजा होता!

त्याच वेळी इतर जागी दत्तारामची साथीदार मुलं आणि दादूही पोलीसांच्या छाप्यात पकडले गेले.

दादूवर आणि फ्लॅटवाल्यावर चोरून गांजा आणि विकण्याचा इतर अनेक आरोप सिद्ध झाले. दादूच्या मुलांच्या कंपूला बालसुधार केंद्रात पाठवण्यात आलं. दत्तारामने आपली इच्छा मेकॅनिकरूपी इन्स्पेक्टरला आधीच सांगितली होती. आपल्या जबानीत आपण या प्रकरणात कसे गुंतलो, ते त्याने अतिशय सरळपणे सांगून टाकलं. तो निर्दोष सुटला.

इन्स्पेक्टरने आपल्या एका मित्राकडे दत्तारामला चांगली नोकरी देऊन त्याला शाळेतही घातलं. मुळातच तो चांगला होता. दादूची टोळी खरी उघडकीला आली; ती मात्र इन्स्पेक्टरच्या मित्राच्या त्या मुलीमुळे. किती सावध नि चतुर होती ती!

ꣻꣻ

१२. एकापेक्षा एक

उंच-उंच इमारती आणि रुंद रस्ते! मोटारींची, टांग्यांची, रिक्षांची, सायकलींची, बसगाड्यांची गडबड आणि माणसांची धावपळ! अशा धामधुमीत एका सातमजली इमारतीजवळच्या रस्त्यावरून दोघं भाऊ बोलत-बोलत जात होते. रस्त्याच्या बाजूला इमारतींची उंचीसाठी जणू चढाओढच लागलेली होती. दोघंही भाऊ बोलता-बोलता सातमजली इमारतीजळ आले आणि ती इमारत किती उंच, म्हणून वर पाहू लागले.

सातव्या मजल्यावर उघड्या सज्जात एक गलेलठ्ठ शेठजी चष्मा लावून वर्तमानपत्र चाळत बसले होते. मधून-मधून ते रस्त्यावरची रहदारी पाहत वर्तमानपत्र चाळत होते. तोच रस्त्यावरून चाललेले हे दोन मुलगे वर, एवढ्या उंच आपल्याकडे बोट दाखवून हसत

आहेत आणि काहीतरी बोलत आहेत, असं त्यांच्या लक्षात आलं.

'आपण बाहेर बसलो आहोत आणि आपल्या धिप्पाड देहाकडे पाहून या मुलांना खरोखरच आश्चर्य वाटले असेल.'

खरंच, त्यांना काय वाटले हे त्या मुलांनी सांगावे म्हणून त्यांनी आपल्या गड्याला बोलावलं आणि त्या मुलांची खूण सांगून त्यांना वर बोलावून आणायला सांगितलं.

सगळे जिने उतरून तो गडी खाली जाईपर्यंत ते दोघं मुलगे लांब गेले होते. पण शेटजींनी सांगितलेल्या खाणाखुणांवरून त्याने त्या मुलांना गाठलं आणि शेटजींनी बोलावल्याचं सांगितलं. आपलं बोलणं शेटजींनी ऐकलं आहे की काय, असा त्या मुलांना प्रथम संशय आला. पण एवढ्या उंच त्यांना बोलणं ऐकू जाणं शक्य नाही, असंही वाटलं. ते दोघं त्या गड्याबरोबर जिने चढून वर गेले आणि त्या शेटजींसमोर उभे राहिले.

शेटजी म्हणाले, ''या बाळांनो, घाबरू नका! तुम्ही हुशार दिसता. माझ्याकडे पाहून तुम्हाला हसू आलं. खरं ना? काय वाटलं रे तुम्हाला? अगदी खरंखरं मनमोकळेपणाने सांगा.''

दोघंही मुलगे एकमेकांकडे पाहू लागले. ते जरा घाबरल्यासारखेच झाले होते.

ते पाहून शेटजी पुन्हा म्हणाले, ''तुम्ही मुळीच घाबरू नका, बोला.''

तेव्हा मोठा मुलगा म्हणाला, ''शेटजी, खरंच आम्हाला भीती वाटते, एवढ्या मोठ्या माणसाबद्दल आम्ही काय बोलणार?''

शेटजी म्हणाले, ''तुम्ही काही भिऊ नका. काय बोलायचं असेल, ते अगदी मोकळेपणी बोला.''

तेव्हा तो मुलगा म्हणाला, ''शेटजी, काय सांगू? हा तुमचा एवढा मोठा देह! उद्या काही बरंवाईट झालं, तर मंडळींना तुम्हाला खाली न्यायला केवढे श्रम पडतील?''

हे ऐकून मात्र शेटजी संतापले. ही एवढाली चिमुरडी मुलं आणि हे कसले अभद्र विचार त्यांच्या मनात येतात? शेटजी संतापलेले मुलांच्या लक्षात आलं, पण त्यामुळे तो लहान मुलगा थांबला नाही.

तो त्या शेटजींना बोलू न देता धीटपणाने पुढे म्हणाला, ''तसं नाही हो शेटजी. माझ्या भावाचं बोलणं ऐकून मला निराळीच कल्पना सुचली. खरोखरीच तसं काही झालं तर पालखीसारख्या एखाद्या पाळण्यात घालून तुम्हाला वरून दोरांच्या साह्यानं अलगद तळापर्यंत आणून सोडावं, ही माझी कल्पना!''

आता तर शेटजींचा संताप अनावर झाला.

ते रागाने म्हणाले, ''खबरदार! पुढं एक शब्द बोलाल तर. तुम्हाला आता इथंच

बसवून ठेवतो. येऊ देत तुमचे आईवडील कोण असतील ते! त्यांना कळली पाहिजेत तुमची ही अभद्र मुक्ताफळं!''

दोघं मुलगे कोपऱ्यात बसून राहिले. ते आता रडकुंडीला आले होते. असाच एक तास निघून गेला. मग मात्र शेटजींना काय वाटलं कुणास ठाऊक! त्यांनी मुलांना त्यांच्या घराचा पत्ता विचारला आणि त्यांना आपल्या गड्याला त्या मुलांच्या घरी पाठवलं.

गड्याने झालेली हकीकत मुलांच्या वडिलांना सांगितली, तेव्हा वडील म्हणाले, ''मला वाटलंच ही मुलं कुठं तरी थांबली आहेत.'' असं म्हणून स्वत: न जाता त्यांनी आपल्या मोठ्या मुलाला गड्याबरोबर पाठवलं. वडिलांनी त्या गड्याला पत्ता विचारून ठेवला. न जाणो, वेळ आली तर आपल्यालाही जावं लागेल, असं त्यांना वाटलं.

गड्याबरोबर तो मोठा मुलगा त्या शेटजींकडे गेला आणि आपल्या धाकट्या भावांना त्याने तिथे पाहिलं.

शेटजी म्हणाले, ''तुम्ही ह्या दिवट्यांचे भाऊ दिसता? यांचे विचार कळाले का तुम्हाला? त्यांना हे कुणी शिकवलं?''

त्यावर तो भाऊ म्हणाला, ''जाऊ द्या हो शेटजी, त्यांना काय कळतं? पण मी म्हणतो त्यात काय एवढं कठीण आहे? या देहातून एकदा प्राण निघून गेल्यावर लाकूडच ते! मला वाटतं की, त्याचे तुकडे करावेत. म्हणजे खाली न्यायला काहीच कठीण नाही.''

आता मात्र कहरच झाला.

शेटजी रागाने लाल झाले आणि म्हणाले, ''शरम नाही वाटत तुम्हाला हे बोलायला? या माझ्या घरात ही अभद्र भाषा? आता तूपण इथे बसून राहा. येऊ देत तुमचे वडील. आता राहा तुम्ही इथेच उपाशी!''

मोठा मुलगा गेल्याला तास झाला, दोन तास झाले, तरी एकाचाही पत्ता नाही. शेवटी वाट पाहून वडीलही निघाले. आपल्या तिघाही मुलांना का बसवून ठेवलं आहे, त्यांना काहीच कळेना. शेवटी वडीलही शेटजींकडे आले, तेव्हा ते तिघं भाऊही तिथे बिचारे मुकाट्याने बसून राहिलेले त्यांना दिसले.

वडील म्हणाले, ''शेटजी, काय भानगड आहे? या आमच्या मुलांना इथे बसवून का ठेवलं आहे?''

शेटजी म्हणाले, ''काय हो? तुमच्या या मुलांना हे सगळं कुणी शिकवलं? एकापेक्षा एक त्यांची अभद्र मुक्ताफळं कशी आहेत पहा!''

वडील म्हणाले, ''तुमच्या गड्याकडून मला सर्व काही कळालं, म्हणूनच मी विचार करूनच घरून आलो आहे. अहो, त्यात काय कठीण आहे? असा प्रसंग येऊ नये, पण

खरंच आला तर असं करायचं. घर तुमचंच आहे ना ? द्यायची घराला आग लावून म्हणजे काहीच अडचण नाही.''

आता मात्र शेटजी थक्कच झाले आणि आपल्या गड्याला पोलीस आणायला पाठवणार तोच शेजारचे एक गृहस्थ आले. त्यांना शेटजींनी सर्व हकीकत सांगितली.

ते म्हणाले, ''शेटजी, कशाला एवढं मनाला लावून घेता ? कावळ्याच्या शापाने का कुठं गुरं मरत असतात ? द्या सोडून त्यांना.'' असं बोलून ते मोठमोठ्याने हसू लागले.

हळूहळू हास्याचा योग्य परिणाम झाला आणि शेटजीही हसत-हसत म्हणाले, ''मोठं डोकेबाज कुटुंब आहे हो तुमचं! एकापेक्षा एक डोकी चालतात तुमची सगळ्यांची, पण जरा चांगल्या विषयात डोकं चालवावं, हे मात्र ध्यानात ठेवा.''

ते चौघंही तिथून निघून गेले आणि जिन्याने खाली उतरले. थोडा वेळ हसण्याचा आवाज वरून येतच होता.

♦♦♦